写真やイラストでわかる！
外国人のための
やさしい介護

Understand through pictures and illustrations! Easy Caregiving for Foreigners
Học qua tranh ảnh và hình minh họa! Điều dưỡng dễ học dành cho người nước ngoài

実践にほんごコミュニケーション
Practical Japanese Communication / Tiếng Nhật giao tiếp thực tiễn

対応

加藤美知代（介護福祉士 介護支援専門員）・桑原禎子（看護師 介護支援専門員）
小林秀樹（介護福祉士 日本語教師）・黒木葉子（日本語教師） 著

ask

日本で介護職をめざす方へ

For people seeking to become nursing care professionals in Japan
Dành cho những người làm công việc điều dưỡng tại Nhật Bản

　　介護は、お年寄りがひとりでできないことを助けることです。
介護は、介護する人と介護される人の心のふれあいが重要です。
そのためには、日本の文化を理解することが大切です。日本はどのような国か、日本人はどんな生活をしているのか、学習しておくと仕事に役立ちます。また、みなさんが日本で生活する助けにもなります。みなさんが幸せになることが大切です。介護する人も介護される人も幸せなのが大事です。

　　この本は、N4 の日本語の勉強が終わった方が、介護と日本の文化が学習できるものとして書きました。介護福祉士・介護支援専門員・看護師・日本語教師・施設に勤務している外国人介護職の人、みんなで協力して作りました。たくさんのイラストや写真、音声で勉強できます。また、介護をされている日本人の方にも参考になると思います。

　　ご協力いただいた介護施設、本を執筆する過程で、取材協力をいただいた各施設のみなさまに、この場をかりて深くお礼を申し上げます。

Caregivers assist elderly care recipients in doing things that they cannot do on their own. For caregivers, building a rapport with care recipients is very important.

Therefore, it is important to understand Japanese culture. Learning things like what kind of country Japan is and how Japanese people live their lives will also be useful when working in Japan.

This book was written for people who have completed studying for the JLPT N4 level as a means to study caregiving and Japanese culture. Caregivers, long-term care support specialists, nurses, Japanese instructors, and foreign caregivers employed at facilities all worked together to create this book. You can study using the many included illustrations, pictures and audio recordings. This book may also serve as reference for Japanese who are already working as caregivers.

We would also like to use this space to thank the care facilities that worked with us, and everyone at the facilities who helped us gather information to write this book.

Công việc điều dưỡng đó là giúp đỡ những việc mà người già không thể tự mình làm được.

Trong công việc điều dưỡng thì vấn đề thấu hiểu, cảm thông lẫn nhau giữa người hỗ trợ và người được hỗ trợ là rất quan trọng. Để có được điều đó thì việc hiểu được nền văn hóa Nhật Bản là rất cần thiết. Nếu các bạn học các nội dung như Nhật Bản là đất nước như thế nào, người Nhật sinh sống như thế nào, sẽ rất hữu ích cho công việc.

Cuốn sách này được viết để làm tài liệu học tập cho các bạn đã học xong tiếng Nhật ở trình độ N4, học về điều dưỡng và văn hóa Nhật Bản. Cuốn sách này đã được các nhân viên điều dưỡng phúc lợi, các chuyên viên hỗ trợ điều dưỡng, y tá, giáo viên tiếng Nhật, và những người nước ngoài đang làm công việc điều dưỡng tại các trung tâm điều dưỡng hợp tác để viết ra. Các bạn có thể học bằng các hình minh họa, hình ảnh và âm thanh. Ngoài ra, những người Nhật đang làm công việc điều dưỡng cũng có thể tham khảo thêm.

Nhân đây, tôi xin tỏ lòng biết ơn sâu sắc đến các trung tâm điều dưỡng đã hợp tác với chúng tôi, cám ơn các nhân viên trong những trung tâm điều dưỡng đã hỗ trợ trong quá trình chấp bút.

もくじ

Table of Contents / Mục lục

この本の使い方

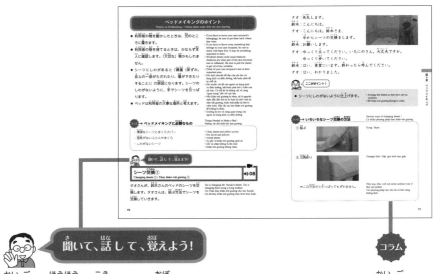

聞いて、話して、覚えよう！

介護の方法や声かけを覚えましょう。

http://www.ask-books.com/support/ から、会話の音声と訳がダウンロードできます。

コラム

介護のシーンで役立つ知識などを紹介しています。

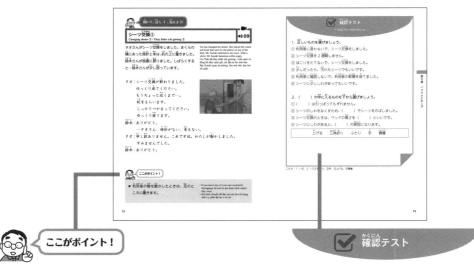

ここがポイント！

介護のシーンで注意すること、重要なポイントなどをまとめています。

確認テスト

その章で学習したことを理解したか、確認しましょう。

<ruby>介護日記<rt>かいごにっき</rt></ruby>

<ruby>介護職<rt>かいごしょく</rt></ruby>が<ruby>日常<rt>にちじょう</rt></ruby>で<ruby>感<rt>かん</rt></ruby>じること
などを<ruby>紹介<rt>しょうかい</rt></ruby>しています。

ふろく　<ruby>巻末<rt>かんまつ</rt></ruby>に、ひらがな 50 <ruby>音図表<rt>おんずひょう</rt></ruby>、カタカナ 50 <ruby>音図表<rt>おんずひょう</rt></ruby>、<ruby>日本<rt>にほん</rt></ruby>のおもな<ruby>行事<rt>ぎょうじ</rt></ruby>、<ruby>和暦西暦干支対応表<rt>われきせいれきとたいおうひょう</rt></ruby>を<ruby>付<rt>つ</rt></ruby>けました。

<ruby>介護<rt>かいご</rt></ruby>のことば　チェックリスト　<ruby>巻末<rt>かんまつ</rt></ruby>に、この<ruby>本<rt>ほん</rt></ruby>に<ruby>出<rt>で</rt></ruby>てきた<ruby>介護<rt>かいご</rt></ruby>のことばをまとめました。<ruby>覚<rt>おぼ</rt></ruby>えたかどうか<ruby>確認<rt>かくにん</rt></ruby>しましょう。

◎<ruby>音声<rt>おんせい</rt></ruby>マーク（🔊）がある<ruby>会話<rt>かいわ</rt></ruby>は<ruby>無料<rt>むりょう</rt></ruby>で<ruby>音声<rt>おんせい</rt></ruby>がダウンロードできます！

シリアルコード：92820

◎<ruby>動画<rt>どうが</rt></ruby>マーク（🎥）がある<ruby>介護<rt>かいご</rt></ruby>シーンの<ruby>動画<rt>どうが</rt></ruby>が<ruby>見<rt>み</rt></ruby>られます！（<ruby>別売<rt>べつばい</rt></ruby>）

パソコン、スマートフォン、タブレット<ruby>端末対応<rt>たんまつたいおう</rt></ruby>。
<ruby>介護<rt>かいご</rt></ruby>シーンのうち★マークがついているシーン（3 つ）は<ruby>無料<rt>むりょう</rt></ruby>で<ruby>見<rt>み</rt></ruby>られます。

<ruby>音声<rt>おんせい</rt></ruby>のダウンロード、<ruby>動画<rt>どうが</rt></ruby>の<ruby>視聴<rt>しちょう</rt></ruby>については<ruby>下記<rt>かき</rt></ruby>をご<ruby>覧<rt>らん</rt></ruby>ください。
アスク<ruby>出版公式<rt>しゅっぱんこうしき</rt></ruby>サイト<ruby>本書紹介<rt>ほんしょしょうかい</rt></ruby>ページ

https://www.ask-books.com/jp/978-4-86639-282-0/

<ruby>音声<rt>おんせい</rt></ruby>ダウンロード、<ruby>動画視聴方法<rt>どうがしちょうほうほう</rt></ruby>、その<ruby>他<rt>た</rt></ruby>のお<ruby>問<rt>と</rt></ruby>い<ruby>合<rt>あ</rt></ruby>わせ

アスク　ユーザーサポートセンター

メール：support@ask-digital.co.jp

How to Use This Book

Let's listen, talk and learn!

Learn caregiving methods and how to approach care recipients. Audio files for the conversations and translations can be downloaded at http://www.ask-books.com/support/.

Column

This introduces useful information using example scenes of caregiving experiences.

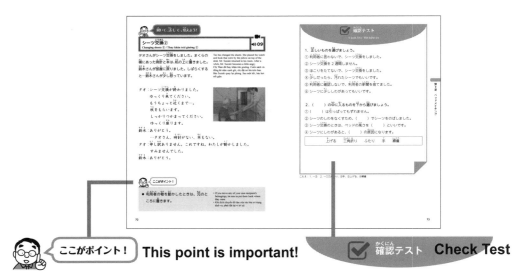

This point is important!

Caregiving scenes summarize important points and things to be careful off.

Check Test

Check your understanding of the things you studied in this chapter.

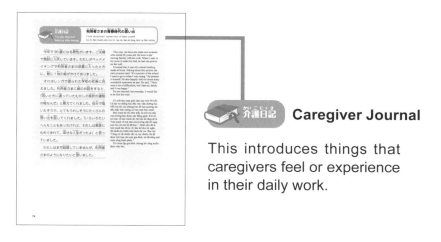

Caregiver Journal

This introduces things that caregivers feel or experience in their daily work.

ふろく

Appendixes

In the back of the book, there are charts for the 50 hiragana sounds, the 50 katakana sounds, a list of common Japanese events and a Japanese zodiac calendar correspondence chart.

Caregiver Vocabulary Checklist

In the back of the book, there is a list of all of the caregiver vocabulary words that appear in this book. Check to see how well you remember them.

◎ **Audio files for conversations that have an audio mark (🔊) can be downloaded for free!**
Serial code: 92820

◎ **Caregiver scenes that have the video icon (🎥) have accompanying videos that you can watch! (sold separately)**
Caregiver scenes (three scenes) that have a ★ mark can be watched for free using PCs, smartphones or tablets.

Audio file downloads and videos for viewing can be accessed at the following site:
Ask Publishing public site for scenes from this book
https://www.ask-books.com/jp/978-4-86639-282-0/

For assistance with downloading videos and audio files or other assistance:
Ask User Support Center
E-mail: support@ask-digital.co.jp

Cách sử dụng giáo trình này

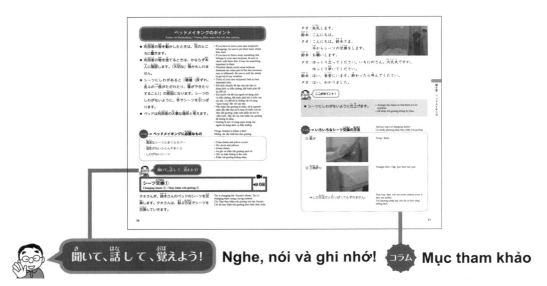

聞いて、話して、覚えよう！ Nghe, nói và ghi nhớ!

Hãy cùng ghi nhớ phương pháp chăm sóc và cách bắt chuyện nào! Có thể tải tệp âm thanh của hội thoại và phần dịch từ trang web http://www.ask-books.com/support/

コラム Mục tham khảo

Giới thiệu những kiến thức hữu ích bằng các cảnh quay điều dưỡng.

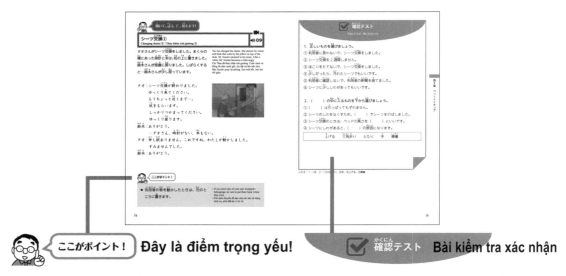

ここがポイント！ Đây là điểm trọng yếu!

Tóm tắt những điểm cần lưu ý trong các cảnh quay điều dưỡng, và những điểm quan trọng.

確認テスト Bài kiểm tra xác nhận

Xác nhận xem mình đã hiểu được những gì đã học trong chương đó hay chưa.

 Nhật ký điều dưỡng

Giới thiệu những điều mà nhân viên điều dưỡng cảm nhận trong cuộc sống hằng ngày.

Phụ lục

Phần cuối sách có đính kèm bảng chữ Hiragana, bảng chữ Katakana, những lễ hội chính của Nhật Bản, bảng quy đổi can chi cách tính năm của Nhật sang năm Dương lịch

介護のことば チェックリスト

Bảng liệt kê kiểm tra các từ ngữ về điều dưỡng

Cuối sách, có tóm tắt các từ vựng về điều dưỡng xuất hiện trong giáo trình này. Hãy xác nhận xem đã thuộc hay chưa.

◎ **Những mẫu hội thoại có dấu âm thanh thì có thể tải miễn phí!**
   Mã xi-rê: 92820   (🔊)

◎ **Có thể xem phim về các cảnh quay điều dưỡng có gắn biểu tượng phim! (🎥) (Bán riêng)**
   Có thể sử dụng trên máy tính hoặc điện thoại thông minh, hoặc máy tính bảng.

   Trong các cảnh quay về điều dưỡng, những cảnh có gắn dấu ★ (3★) sẽ được xem miễn phí.

Liên quan đến việc tải âm thanh, hay xem ảnh động hãy tham khảo trang web bên dưới.

Sách được giới thiệu trên trang web chính thức của Nhà Xuất Bản ASK

https://www.ask-books.com/jp/978-4-86639-282-0/

Địa chỉ liên lạc hướng dẫn tải tệp âm thanh, cách xem phim ảnh động, và những vấn đề khác.

Trung tâm hỗ trợ người sử dụng ASK

Email: support@ask-digital.co.jp

登場人物
<ruby>登場人物<rt>とうじょうじんぶつ</rt></ruby>

Featured Characters
Các nhân vật xuất hiện trong sách

ロアンさん Roang / Chị Loan

「えびすの<ruby>郷<rt>さと</rt></ruby>」で<ruby>介護職<rt>かいごしょく</rt></ruby>をしています。

She works as a caregiver at Ebisunosato.
Đang làm nhân viên điều dưỡng tại trung
tâm điều dưỡng 「えびすの郷」.

タオさん Tao / Chị Thảo

「えびすの<ruby>郷<rt>さと</rt></ruby>」で<ruby>介護職<rt>かいごしょく</rt></ruby>をしています。

She works as a caregiver at Ebisunosato.
Đang làm nhân viên điều dưỡng tại trung
tâm điều dưỡng 「えびすの郷」.

<ruby>鈴木<rt>すずき</rt></ruby>さん Mr. Suzuki / Bác Suzuki

3カ<ruby>月前<rt>げつまえ</rt></ruby>に<ruby>自宅<rt>じたく</rt></ruby>で<ruby>転倒<rt>てんとう</rt></ruby>し、<ruby>右腕<rt>みぎうで</rt></ruby>と<ruby>右大腿骨<rt>みぎだいたいこつ</rt></ruby>を<ruby>骨折<rt>こっせつ</rt></ruby>しました。
<ruby>入院治療後<rt>にゅういんちりょうご</rt></ruby>、<ruby>退院<rt>たいいん</rt></ruby>して「えびすの<ruby>郷<rt>さと</rt></ruby>」に<ruby>入<rt>はい</rt></ruby>りました。

He fell down and broke his arm three months ago and broke his right arm and right femur.
After receiving treatment at a hospital, he checked out and entered Ebisunosato.
3 tháng trước bị ngã tại nhà, bác bị gãy tay phải và xương đùi phải.
Sau khi nhập viện điều trị, khi ra viện, bác đã vào trung tâm điều dưỡng 「えびすの郷」.

<ruby>高橋<rt>たかはし</rt></ruby>さん Mr. Takahashi / Anh Takahashi

ロアンさん、
タオさんの<ruby>先輩<rt>せんぱい</rt></ruby>です。

He is Roang and Tao's superior.
Đàn anh của Loan, Thảo

<ruby>佐藤<rt>さとう</rt></ruby>さん Mr. Sato / Anh Sato

「えびすの<ruby>郷<rt>さと</rt></ruby>」で
<ruby>施設長<rt>しせつちょう</rt></ruby>をしています。

He is the director of Ebisunosato.
Trưởng trung tâm điều dưỡng
「えびすの郷」.

<ruby>山本<rt>やまもと</rt></ruby>さん Ms. Yamamoto / Chị Yamamoto

「えびすの<ruby>郷<rt>さと</rt></ruby>」で
<ruby>看護師<rt>かんごし</rt></ruby>をしています。

He is a nurse at Ebisunosato.
Đang làm y tá tại trung tâm điều
dưỡng 「えびすの郷」.

※「えびすの<ruby>郷<rt>さと</rt></ruby>」は<ruby>介護老人保健施設<rt>かいごろうじんほけんしせつ</rt></ruby>（→ p. 20）です。

介護施設の種類
かいごしせつ　しゅるい

Types of Nursing Facilities
Các loại hình trung tâm điều dưỡng

日本には、介護保険制度があります。高齢者は、介護が必要になると、その制度を使って、サービスを受けることができます。代表的な施設を紹介します。

In Japan, there is a nursing-care insurance system. The elderly may use this system to receive healthcare services if they feel that they need it. Here are some typical facilities found in Japan.

Ở Nhật Bản có chế độ bảo hiểm điều dưỡng. Những người cao tuổi khi cần được chăm sóc sẽ sử dụng chế độ này, và họ có thể nhận được sự phục vụ. Chúng tôi sẽ giới thiệu một số loại hình cơ sở điều dưỡng cơ bản.

自宅から通う施設

Homes where care recipients commute to from their own homes / Cơ sở điều dưỡng theo chế độ đi lại từ nhà.

デイサービス施設

昼間、家族が介護できないときに利用します。車で利用者を送迎します。入浴、食事、排泄、レクリエーション、機能訓練などが受けられます。

Day Service Facilities / Dịch vụ ban ngày

These facilities are used during the day when care recipients' families are unable to take care of them. Cars are sent to pick up and drop off care recipients at their homes. Services such as bathing, meals, toileting assistance, recreation and physical exercise are available.
Đây là dịch vụ được sử dụng vào ban ngày, khi gia đình không chăm sóc người cần hỗ trợ được. Nhân viên điều dưỡng sẽ đưa đón người cần hỗ trợ bằng ô tô. Giúp họ tắm rửa, ăn uống, vệ sinh, giải trí, luyện tập chức năng….

● デイサービス施設の1日

A day at a day service facility /
Một ngày tại cơ sở chăm sóc dịch vụ ban ngày

自宅までお迎え
Picking care recipients up at their homes
Đến tận nhà đón

➡

体調確認・お茶
Checking care recipients' physical condition·Tea
Kiểm tra tình trạng sức khỏe·Phục vụ trà

➡

入浴
Taking a Bath
Tắm bồn

➡

お昼ごはん
Lunch
Cơm trưa

自宅までお送り
Dropping care recipients off at their homes
Tiễn về đến nhà

⬅

おやつ
Snacks
Ăn nhẹ

⬅

レクリエーション
Recreation
Giải trí

入居する施設

Live-in Homes / Cơ sở điều dưỡng dành cho người lưu trú

特別養護老人ホーム（特養）

24時間介護が必要な人や、自宅で生活することがたいへんな人が利用します。入浴、排泄、食事、健康管理、栄養管理、レクリエーション、機能訓練などが受けられます。

Special Elderly Nursing Homes / Viện dưỡng lão đặc biệt

For care recipients who need around-the-clock assistance or find doing things on their own at home too difficult, 24-hour support is available. Services such as bathing, toileting assistance, meals, health management, nutrition management, recreation and physical exercise are also provided.

Những người cần hỗ trợ 24/24, hay những người gặp khó khăn khi sống ở nhà sẽ sử dụng dịch vụ điều dưỡng này. Họ sẽ được tắm rửa, vệ sinh, ăn uống, chăm sóc quản lý sức khỏe, quản lý dinh dưỡng, giải trí, luyện tập chức năng…

介護老人保健施設（老健）
かいごろうじんほけんしせつ（ろうけん）

病気をやけがをした人が、病状が安定したあとに入ります。自宅に戻って、生活できるように機能訓練を行います。入浴、排泄、食事、健康管理、栄養管理も行います。施設の生活の中で、機能訓練を行います。

※ その他の施設

ほかにもたくさんのサービスがあります。お年寄りは、自分に合った施設が利用できます。

いい施設とは？

・利用者に笑顔があります。
・職員が笑顔でいきいきと働いています。
・定期的に介護の勉強会や研修をしています。
・家族に利用者の細かい状況説明があります。
・施設の中が清潔で、いつも整理整頓されています。

Long-term Care Health Facilities /
Viện dưỡng lão chăm sóc sức khỏe cho người cao tuổi

Care recipients who have been injured or have an illness generally enter these facilities once their conditions have stabilized. Physical exercise is conducted so that they may be able to function on their own upon returning to their homes. Services such as bathing, toileting assistance, meals, health management and nutrition management are also provided.
Những người bị bệnh hay bị thương, sau khi bệnh tình ổn định sẽ vào viện. Họ sẽ được tiến hành luyện tập chức năng để có thể trở về nhà sinh hoạt bình thường. Ngoài ra họ cũng sẽ được hỗ trợ tắm rửa, vệ sinh, ăn uống, chăm sóc sức khỏe, chăm sóc sinh dưỡng. Trong viện cũng tiến hành luyện tập chức năng.

Other Facilities /
Các cơ sở điều dưỡng khác

There are also many other services available.
The elderly are able to use facilities that best fit their needs.
Ngoài ra còn có nhiều dịch vụ khác. Người cao tuổi có thể sử dụng những cơ sở điều dưỡng phù hợp với mình.

What makes good facilities good?
Một cơ sở tốt là một cơ sở như thế nào?

• Care recipients are smiling and happy.
• Employees are smiling and working enthusiastically.
• Caregiving seminars and training sessions are regularly held.
• Family members are given detailed descriptions of how care recipients are being cared for.
• All facilities are clean and regularly maintained.
• Những người sử dụng dịch vụ điều dưỡng luôn tươi cười, vui vẻ.
• Những người điều dưỡng luôn làm việc một cách năng động với nụ cười trên môi.
• Tiến hành huấn luyện và tổ chức các buổi học tập về điều dưỡng một cách định kỳ.
• Giải thích chi tiết tình hình của người sử dụng dịch vụ điều dưỡng cho gia đình họ.
• Trong trung tâm luôn sạch sẽ, lúc nào cũng được sắp xếp chỉnh đốn gọn gàng.

介護の種類
Types of Caregivers / Các loại hình điều dưỡng

● 全介助

Total Assistance / Hỗ trợ toàn phần

生活するために必要なことを、すべて手伝うことです。

Providing complete assistance for everything needed for everyday life.
Đó là việc giúp đỡ hỗ trợ toàn bộ những công việc cần thiết trong cuộc sống.

● 一部介助

Partial Assistance / Bán hỗ trợ

生活するために必要なことを、一部だけ手伝うことです。

Providing assistance for only a few things needed for everyday life.
Đó là việc giúp đỡ, hỗ trợ một phần những công việc cần thiết trong cuộc sống.

確認テスト
Check Test / Bài kiểm tra

（　　　　）の中に入るものを下から選びましょう。

① （　　　　）は、昼間、家族が介護できないときに利用します。

② （　　　　）は、24時間介護が必要な人や、自宅で生活することがたいへんな人が利用します。

③ （　　　　）は、病気をやけがをした人が、病状が安定したあとに入ります。自宅に戻って、生活できるように機能訓練を行います。

| デイサービス施設 | 介護老人保健施設 | 特別養護老人ホーム |

こたえ：①デイサービス施設、②特別養護老人ホーム、③介護老人保健施設

Map of Japan /
Bản đồ cấp hành chính Đô đạo phủ tỉnh

日本には1都（東京都）・1道（北海道）・2府（大阪府、京都府）・43県があります。

Japan has 1 metropolis, 1 circuit, 2 urban prefectures and 43 prefectures.
Nhật Bản có một thủ đô (thủ đô Tokyo), một đạo là (Bắc Hải đạo- Hokkaido), hai phủ (phủ Osaka và phủ Kyoto) và 43 tỉnh

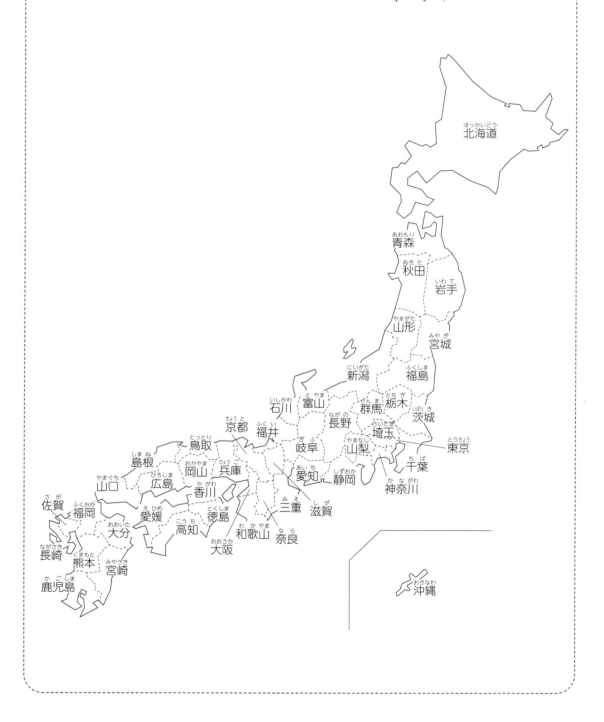

かいごしせつ　はたら　ひと
介護施設で働く人たち

People Who Work at Care Facilities
Những người làm việc trong cơ sở điều dưỡng

しせつ　はたら　ひと
施設で働く人たちは、たくさんいます。
いっしょ　しごと
みんなで一緒に仕事をします。
がくしゅう
どんなことをしているか、学習しましょう。

Many different people work at care facilities. Everyone works together. Let's learn what kinds of things they do.
Có rất nhiều người làm việc trong cơ sở điều dưỡng. Mọi người làm việc cùng nhau.
Chúng ta sẽ học xem họ làm những công việc như thế nào.

介護施設で働く人たち

People Who Work at Care Facilities / Những người làm việc trong cơ sở điều dưỡng

• 施設長

Care Facility Director
Trưởng cơ sở

施設の責任者で、職員の健康管理や採用をします。家族や入居者からの相談を受けます。介護老人保健施設（老健）では、多くの場合、医師が施設長です。

This person is in charge of the care facility and handles personnel health management and employment. They consult with family members and residents. Directors of long-term care health facilities are doctors.
Là người chịu trách nhiệm về cơ sở điều dưỡng, quản lý sức khỏe cho nhân viên và tuyển dụng nhân viên. Là người trực tiếp thảo luận, trao đổi ý kiến với gia đình của người sử dụng dịch vụ điều dưỡng. Trong trường hợp là viện dưỡng lão, chăm sóc sức khỏe cho người cao tuổi thì viện trưởng sẽ là bác sỹ.

• 事務長

Manager
Trưởng văn phòng

事務の責任者です。

This person manages the office of general affairs.
Là người chịu trách nhiệm trong các vấn đề công việc văn phòng.

• 生活相談員

Living Consultant
Người tư vấn đời sống

利用者や家族からの相談を受けます。

They listen to family members and care recipients.
Tiếp nhận tư vấn, thảo luận từ những người sử dụng dịch vụ điều dưỡng hoặc từ người nhà của họ.

• 介護支援専門員

Long-term Care Support Specialist
Chuyên viên hỗ trợ điều dưỡng

介護の計画（ケアプラン）を作ります。ケアマネージャーともいいます。

This person makes care plans. They are also called care managers.
Lập ra các kế hoạch điều dưỡng. Còn được gọi là chuyên viên hỗ trợ điều dưỡng.

• 管理栄養士

Registered Dietitian Nhân viên quản lý dinh dưỡng

栄養を考え、食事のメニューを作ります。

This person designs meal menus while making considerations for various needed nutrients.
Suy nghĩ về dinh dưỡng, lên thực đơn cho các bữa ăn.

・看護師

Nurse
Y tá

利用者の健康管理をします。（リーダーが看護主任）職員に健康管理の指導をします。

This person looks after the health of the care recipients. Instructs staff on health management (led by a head caregiver).
Quản lý sức khỏe cho người sử dụng dịch vụ (người đứng đầu là quản lý điều dưỡng). Chỉ đạo cho nhân viên quản lý sức khỏe.

・介護職

Caregiver
Nhân viên điều dưỡng/ nhân viên chăm sóc

食事、排泄、入浴や身のまわりのお世話をします。（リーダーが介護主任）国家試験を受けて合格すると、介護福祉士になります。

This person assists care recipients with feeding, toileting, bathing and other daily needs. If they take national tests and pass, they are able to become certified care workers (led by a head caregiver).
Chăm sóc cho những người cần hỗ trợ về các vấn đề ăn uống, vệ sinh, tắm rửa, và chăm sóc vẻ bề ngoài (người đứng đầu là quản lý điều dưỡng). Họ đã tham gia kì thi chứng chỉ quốc gia, đỗ kì thi đó và trở thành chuyên viên điều dưỡng.

・理学療法士（PT）

Physical Therapist
Chuyên viên trị liệu

起き上がる、座る、立つ、歩くなど、基本的な動作の訓練をします。

This person helps care recipients practice basic activities like getting up from bed, sitting, standing up and walking.
Tiến hành tập luyện các động tác cơ bản như ngồi dậy, ngồi, đứng và đi bộ.

・作業療法士（OT）

Occupational Therapist
Chuyên viên trị liệu thao tác

生活機能に関係がある動きの訓練をします。

This person helps care recipients practice movements that are related to basic life functions.
Tập luyện những vận động có liên quan đến chức năng sinh hoạt.

・言語聴覚士（ST）

Speech Therapist
Chuyên viên trị liệu thính giác và ngôn ngữ

耳が不自由な人やことばがうまく話せない人の訓練をします。

This person helps care recipients who are hearing or speaking impaired practice these skills.
Tập luyện cho những người khiếm thính và những người không thể phát âm trôi chảy được.

聞いて、話して、覚えよう！

電話連絡
でんわれんらく

Making a Phone Call / Điện thoại liên lạc

🔊 01

介護職のロアンさんは今日、休日です。かぜ
をひいて明日休みたいと、施設長か介護主任
に電話をします。佐藤施設長が電話に出まし
た。

Roang, a caregiver, is taking today off of work. She will call the care facility director to tell him that she has caught a cold and would like to take tomorrow off. She will call Mr. Saito, the director. Chị Loan nhân viên điều dưỡng hôm nay nghỉ làm. Chị điện thoại đến cho người chủ nhiệm điều dưỡng hoặc trưởng trung tâm để báo mình bị cảm và xin nghỉ. Trưởng trung tâm Sato đã nghe điện thoại.

佐藤： はい。「えびすの郷」です。

ロアン：おつかれさまです。

　　　　ロアンです。
　　　　施設長か介護主任はいますか。

佐藤： はい、佐藤です。

　　　　ロアンさん、どうしました？

ロアン：からだの調子がよくないです。熱が 38 度あります。

　　　　明日、休みたいのですが…。

佐藤： 熱が 38 度ですか。かぜかな。わかりました。

　　　　ゆっくり休んでください。おだいじに。

ロアン：ありがとうございます。

ここがポイント！

● 休みたいときは、早めに施設長か介護
　主任へ電話します。メールはだめです。

- When you want to take day off, be sure to call the care facility director or head of caregivers as soon as possible. Do not contact them over e-mail.
- Khi muốn nghỉ, cần phải điện thoại sớm cho trưởng trung tâm hay người phụ trách điều dưỡng. Không được gởi tin nhắn.

聞いて、話して、覚えよう！

先輩に相談する①

Consulting a Senior ① / Xin ý kiến tư vấn từ người đi trước ①

🔊02

ロアンさんが、利用者の鈴木さんからプレゼントをもらいました。いつもロアンさんにお世話になっているので、そのお礼だそうです。

Roang received a present from his care recipient, Mr. Suzuki. He would like to thank Roang for always make him happy.

Chị Loan nhận được quà từ người sử dụng dịch vụ điều dưỡng là bác Suzuki. Nghe nói là vì lúc nào bác cũng nhận được sự giúp đỡ của chị nên bác đã có chút quà cám ơn.

ロアン：おつかれさまです。

　　　　高橋さん、ちょっとお時間、よろしいですか。

　　　　鈴木さまからプレゼントをもらいました。

　　　　一度お断りしました。

　　　　でも、「もらってください」と言われました。

　　　　困りました。どうしたらいいですか。

高橋：　報告、ありがとうございます。そうですね…。

　　　　一緒に介護主任に相談しましょう。

ここがポイント！

● ひとりで悩まないようにします。

- Make sure they do not suffer by themselves.
- Không được lo lắng một mình.

聞いて、話して、覚えよう！

先輩に相談する②
Consulting a senior ② / Xin ý kiến tư vấn từ người đi trước ②

📹 🔊 03

ロアンさんが利用者の鈴木さんのことで、高橋先輩に相談します。

Roang is talking to her senior, Takahashi, about her care recipient, Mr. Suzuki.
Chị Loan đã xin ý kiến tư vấn từ đàn anh Takahashi về vấn đề của người sử dụng dịch vụ điều dưỡng là bác Suzuki.

ロアン：おつかれさまです。

高橋：　おつかれさまです。

ロアン：高橋さん、ちょっとお時間、
　　　　よろしいですか。

高橋：　はい。大丈夫です。

ロアン：鈴木さまの車いすからトイレへの移乗＊がむずかしいです。
　　　　いい方法を教えてほしいです。だれに相談したらいいですか。

高橋：　そうですね…。理学療法士の小林さんがいいですよ。

ロアン：わかりました。ありがとうございます。

＊移乗：ベッドから車いす、トイレなどに乗り移る動作のこと。
The act of moving a care recipient from their bed to a wheel chair, the bathroom or other places. /
Đó là những động tác di chuyển từ giường sang xe lăn, hay nhà vệ sinh.

リハビリテーション（リハビリ）の紹介

リハビリでは施設内の器具を使って、次のような練習をします。

・杖を使いながら歩く練習

・杖を使いながら階段を上がる練習

・杖を使いながら階段を下りる練習

・足の筋肉をきたえる練習

Introduction to rehabilitation
Giới thiệu cách luyện tập phục hồi chức năng

Practice using the equipment at the care facility for rehabilitation in the following way.
• Practicing using a cane while walking
• Practicing using a cane while going up the stairs
• Practicing using a cane while going down the stairs
• Training the muscles in the legs
Trong việc phục hồi chức năng, sử dụng các dụng cụ trong trung tâm điều dưỡng và luyện tập như sau.
• Luyện tập sử dụng gậy để đi bộ
• Luyện tập sử dụng gậy để lên cầu thang
• Luyện tập sử dụng gậy để xuống cầu thang
• Luyện tập rèn luyện cơ bắp chân

確認テスト

Check Test / Bài kiểm tra

1. 正しいものを選びましょう。

① 介護老人保健施設の施設長は、多くの場合、医師です。

② 食事のメニューを考えるのは生活相談員です。

③ 利用者の鈴木さんの体温が 38℃でした。せきもしているので看護師へ報告しました。

④ ことばの訓練は理学療法士がします。

⑤ 介護計画はケアマネージャー（介護支援専門員）が作ります。

2. （　　　　）の中に入るものを下から選びましょう。

① （　　　　）は、食事、入浴、排泄など、身のまわりのお世話をします。

② （　　　　）は、リハビリテーション・看護・介護の問題点をまとめ、介護サービス計画を立てます。

③ 事務の責任者は（　　　　）です。

④ （　　　　）は、話す訓練をします。

⑤ 起き上がる、歩く、座る、立つなどの訓練をするのは（　　　　）です。

⑥ 入居者や家族からの相談を受けるのは（　　　　）です。

⑦ （　　　　）は、生活機能に関係がある動きの訓練をします。

⑧ （　　　　）は利用者の健康管理をします。

⑨ 施設の責任者は（　　　　）です。

言語聴覚士	理学療法士	生活相談員	作業療法士
看護師　　施設長	介護支援専門員	事務長	介護職

こたえ：1. −①、③、⑤　2. −①介護職、②介護支援専門員、③事務長、④言語聴覚士、⑤理学療法士、⑥生活相談員、⑦作業療法士、⑧看護師、⑨施設長

利用者さまの涙と笑顔
りょうしゃ　　　なみだ　えがお

Care Recipients' Tears and Smiles
Nụ cười và nước mắt của những người sử dụng dịch vụ điều dưỡng

わたしは、特別養護老人ホームで働く介護福祉士です。

施設に入所されている利用者さまの最大の楽しみは、何でしょうか。毎日の食事、カラオケ大会、みんなで公園の散歩に行くなど、いろいろあります。

でも一番の楽しみは、ご家族さまと面会することです。どの利用者さまも、わたしたちには見せたことがないような、すばらしい笑顔を見せてくれます。わたしたちもその笑顔を見ると、とてもうれしい気持ちになります。そして面会が終わって、ご家族さまが帰るときに、利用者さまの悲しそうな顔や涙を見ると、わたしたちもつらいです。

わたしたち介護職は、家族のかわりにはなれません。しかし、少しでも利用者さまが毎日楽しく過ごせるように、がんばってお世話したいと考えています。

I am a caregiver at a special elderly nursing home.

I wonder what residents living at the facility look forward to the most? They do all kinds of things everyday, like karaoke competitions and going for walks in the park with everyone.

But, the thing they look forward to the most is meeting their families. When meeting with their families, they all smile like we've never seen them smile before. When we see them smile, it makes us happy too.And when their family visits are over, and their families go home, the care recipients looks sad, and some even cry. This is hard for us too.

As caregivers, we can't replace their families. But, I want to do my best to make sure they enjoy every day, even if it's just a little.

Tôi là nhân viên điều dưỡng làm việc tại viện dưỡng lão đặc biệt.

Niềm vui lớn nhất của những bác đang sống trong viện dưỡng lão này là gì? Có rất nhiều niềm vui như việc ăn uống, hội hát karaoke, mọi người cùng nhau dạo bộ trong công viên….

Tuy nhiên, vui nhất đối với các bác đó là được gặp gỡ người thân trong gia đình. Bác nào lúc được gặp người thân cũng tươi cười vui vẻ với nét mặt hạnh phúc rạng ngời, gương mặt đó dường như chưa cho chúng tôi thấy trước đó bao giờ. Chúng tôi khi nhìn thấy khuôn mặt rạng ngời hạnh phúc đó, cũng vui theo. Rồi sau khi cuộc gặp gỡ kết thúc, khi người thân ra về, nhìn gương mặt buồn buồn và nước mắt của các bác chúng tôi cũng buồn theo.

Công việc điều dưỡng của chúng tôi, không thể nào thay thế được người thân trong gia đình các bác. Tuy nhiên, để cho các bác ở trong trung tâm được vui, dù là niềm vui nho nhỏ đi nữa, tôi nghĩ mình sẽ cố gắng chăm sóc các bác.

介護職の身だしなみ
かい ご しょく　　　　　　み

Caregivers' Personal Appearance

Diện mạo, tác phong của người làm công việc điều dưỡng

かい ご しょく　　　　　　り ようしゃ　　　　　　ちか　　　　　し ごと
介護職は利用者のすぐ近くで仕事をします。
かいじょ　　　　　　　　　　　　　　　　　　　　　　かい わ
介助でからだをさわります。会話をします。
せいけつ　　　　み　　　　　　　　　　たいせつ
清潔な身だしなみが大切です。

Caregivers work in very close proximity to their care recipients. When assisting, you will have to touch their bodies. You will have conversations with them. It is important to have a clean appearance and good hygiene.

Những người làm công việc điều dưỡng làm việc rất gần với người sử dụng dịch vụ điều dưỡng.

Khi chăm sóc, người điều dưỡng sẽ chạm vào cơ thể, sẽ nói chuyện với họ.

Vì thế, luôn có được một diện mạo sạch sẽ gọn gàng là điều quan trọng.

介護職の服装など
かいごしょく ふくそう

Caregiver uniform and more / Trang phục của nhân viên điều dưỡng v.v...

① パンツ（丈が長いズボン）
たけ なが

　＋ポロシャツ

・動きやすい服を着ます。
うご ふく き

① Pants (long length) and polo shirts
• Wear clothes that are easy to move in.
① Quần tây (quần có ống dài) + áo thun cổ bẻ
• Mặc trang phục dễ cử động di chuyển.

---

② 靴はすべらないものに
くつ

　します。

・靴のかかとが低いものにします。
くつ ひく
・ひもは結びます。
むす
・サンダルはだめです。

② Wear non-slip shoes.
• Wear shoes with low heels.
• Ties your shoe laces.
• Do not wear sandals.
② Chọn loại giày không trượt.
• Chọn loại giày có gót thấp.
• Buộc dây giày lại
• Không được mang xăng đan.

---

③ 口臭（口のにおい）に
こうしゅう くち

　気をつけます。
き

・口の中をきれいにします。
くち なか
・毎日歯みがきをします。
まいにち は

③ Be mindful of not having bad breath.
• Keep the inside of your mouth clean.
• Brush your teeth every day.
③ Chú ý đến mùi hôi miệng.
• Hãy làm sạch trong miệng.
• Hãy đánh răng mỗi ngày.

---

④ 爪は短く切ります。
つめ みじか き

・ネイルアートはだめです。
・あなたの爪で利用者が
つめ りようしゃ
　けがをします。

④ Cut your nails and keep them short.
• Do not wear nail art.
• Having long nails could harm your care recipient.
④ Móng tay cắt ngắn.
• Không được sơn móng tay nghệ thuật.
• Móng tay của bạn sẽ làm cho người sử dụng dịch vụ điều dưỡng bị thương.

⑤ 髪は長い場合は結びます。

⑤ Long hair should be tied back.
⑤ Trường hợp tóc dài phải buộc gọn gàng.

⑥ ひげはそります。

・口ひげ、あごひげはだめです。
・清潔な印象をもってもらいましょう。

⑥ Shave any facial hair.
• Neither mustaches nor beards are allowed.
• Make a clean and tidy impression.
⑥ Râu phải được cạo sạch.
• Không được để râu mép, râu cằm.
• Tạo cho người đối diện ấn tượng sạch sẽ gọn gàng.

⑦ 香水や強いにおいがするものはだめです。

⑦ Avoid using perfume or other strong smelling items.
⑦ Không được sử dụng nước hoa hay cơ thể có mùi nồng.

⑧ 化粧は自然なものにしましょう。

⑧ Wear natural looking makeup.
⑧ Trang điểm theo cách tự nhiên.

⑨ アクセサリーは身につけてはいけません。

・利用者がけがをします。
・人や物にひっかけると危ないです。

⑨ Do not wear accessories.
• They could injure care recipients.
• They could get caught on people or things.
⑨ Không được đeo trang sức.
• Sẽ làm cho người sử dụng dịch vụ điều dưỡng bị thương.
• Nếu vướng vào người, hay vật sẽ gây nguy hiểm.

- 介護は、利用者との距離がとても近い仕事です。利用者がいやな気分にならないように気をつけます。
- 清潔な身だしなみで、お世話をします。
- 仕事を始める前に、ほかの職員に見てもらいます。

- Care workers work very closely with their care recipients. Make sure that care recipients do not feel uncomfortable.
- Maintain a clean personal appearance when assisting them.
- Before starting your work, have other care workers check your appearance.
- Điều dưỡng là công việc có khoảng cách rất gần với người được chăm sóc. Hãy lưu ý đừng để cho người được chăm sóc có cảm giác khó chịu.
- Phải chăm sóc người cần hỗ trợ bằng một diện mạo sạch sẽ.
- Trước khi bắt đầu công việc, nhờ nhân viên khác nhìn hộ diện mạo của mình.

<ruby>確認<rt>かくにん</rt></ruby>テスト

Check Test / Bài kiểm tra

<ruby>正<rt>ただ</rt></ruby>しいものを<ruby>選<rt>えら</rt></ruby>びましょう。

① <ruby>暑<rt>あつ</rt></ruby>いときは、サンダルをはいて<ruby>仕事<rt>しごと</rt></ruby>をしてもいいです。

② ネイルや<ruby>香水<rt>こうすい</rt></ruby>をつけて<ruby>仕事<rt>しごと</rt></ruby>をしていいです。

③ <ruby>暑<rt>あつ</rt></ruby>いときは<ruby>短<rt>みじか</rt></ruby>いパンツで<ruby>仕事<rt>しごと</rt></ruby>をしてもいいです。（<ruby>入浴介助以外<rt>にゅうよくかいじょいがい</rt></ruby>）

④ <ruby>下<rt>した</rt></ruby>を<ruby>向<rt>む</rt></ruby>いたとき、<ruby>背中<rt>せなか</rt></ruby>が<ruby>出<rt>で</rt></ruby>ない<ruby>長<rt>なが</rt></ruby>さのシャツを<ruby>着<rt>き</rt></ruby>ます。

⑤ <ruby>介護職<rt>かいごしょく</rt></ruby>は、<ruby>動<rt>うご</rt></ruby>きやすい<ruby>服装<rt>ふくそう</rt></ruby>でお<ruby>世話<rt>せわ</rt></ruby>します。

⑥ <ruby>口臭<rt>こうしゅう</rt></ruby>に<ruby>気<rt>き</rt></ruby>をつけます。

⑦ <ruby>小指<rt>こゆび</rt></ruby>の<ruby>爪<rt>つめ</rt></ruby>だけ<ruby>長<rt>なが</rt></ruby>くするのはいいです。

⑧ <ruby>指輪<rt>ゆびわ</rt></ruby>をつけて<ruby>仕事<rt>しごと</rt></ruby>をしました。

⑨ かかとの<ruby>高<rt>たか</rt></ruby>い<ruby>靴<rt>くつ</rt></ruby>で<ruby>仕事<rt>しごと</rt></ruby>をしました。

こたえ：④、⑤、⑥

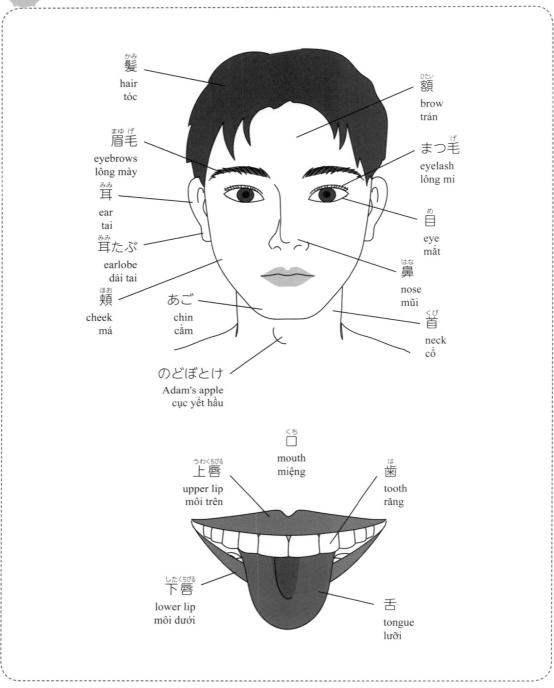

髪（かみ）
hair
tóc

額（ひたい）
brow
trán

眉毛（まゆげ）
eyebrows
lông mày

まつ毛（げ）
eyelash
lông mi

耳（みみ）
ear
tai

目（め）
eye
mắt

耳たぶ（みみ）
earlobe
dái tai

鼻（はな）
nose
mũi

頬（ほお）
cheek
má

あご
chin
cằm

首（くび）
neck
cổ

のどぼとけ
Adam's apple
cục yết hầu

口（くち）
mouth
miệng

上唇（うわくちびる）
upper lip
môi trên

歯（は）
tooth
răng

下唇（したくちびる）
lower lip
môi dưới

舌（した）
tongue
lưỡi

あいさつ

Greetings

Chào hỏi

あいさつはコミュニケーションの基本です。

介護は会話をすることが多い仕事です。

あいさつを習慣にしましょう。

Greetings are one of the basics of communication.

Care workers must have many conversations in their line of work. Make a habit of using greetings.

Chào hỏi là điều cơ bản trong giao tiếp.

Điều dưỡng là công việc cần hội thoại giao tiếp nhiều. Hãy tạo cho mình thói quen chào hỏi.

いろいろなあいさつ
Various Greetings / Các kiểu câu chào hỏi

● 朝のあいさつ

Morning greeting

Chào hỏi buổi sáng

> おはようございます。
>
> Good morning.
> Xin chào!(buổi sáng)

● 昼のあいさつ

Afternoon greetings

Chào hỏi buổi trưa

> こんにちは。
>
> Hello.
> Xin chào! (buổi trưa).

● 夜のあいさつ

Evening greeting

Chào hỏi buổi tối

> こんばんは。
>
> Good evening.
> Xin chào! (buổi tối)

● 利用者が寝るとき

When care recipients go to sleep

Khi người sử dụng dịch vụ điều dưỡng đi ngủ

> おやすみなさい。
>
> Good night.
> Chúc ngủ ngon!

● 利用者が外出するとき

When care recipients go out

Khi người sử dụng dịch vụ điều dưỡng đi ra ngoài.

> いってらっしゃい（ませ）。
>
> See you later.
> Bác đi nhé!

● 利用者が帰って来たとき

When care recipients return

Khi người sử dụng dịch vụ điều dưỡng quay trở về.

> お帰りなさい。
>
> Welcome back.
> Bác về rồi à!

● お客さまが来たとき

When receiving visitors

Khi có khách đến

> いらっしゃいませ。
>
> Welcome.
> Chào quý khách!

● お客さまが帰るとき

When visitors leave to return home

Khi khách ra về

> お気をつけてお帰りください。
>
> Please get home safely.
> Quý khách ra về cẩn thận ạ!

● 先_{さき}に帰_{かえ}るときのことば

When going home before others
Từ ngữ nói khi mình về trước

お先_{さき}に失礼_{しつれい}します。

I'm sorry to be leaving ahead of you.
Tôi xin phép về trước ạ!

● 仕事_{しごと}が終_おわって帰_{かえ}る人_{ひと}に言_いうことば

To someone who has finished work and is going home
Những từ ngữ nói với người ra về sau khi đã xong công việc.

おつかれさまでした。

Thank you for your hard work.
Anh/ chị đã vất vả quá!

● お礼_{れい}のことば

Showing gratitude
Lời nói cảm ơn

ありがとうございます。

Thank you.
Xin cảm ơn.

● 仕事中_{しごとちゅう}のあいさつ

Greetings to use at work
Chào hỏi trong lúc làm việc

おつかれさまです。

Thanks for your hard work.
Anh/chị đã vất vả quá!

● 初_{はじ}めて会_あった人_{ひと}に言_いうことば

Greeting someone you meet for the first time
Từ ngữ nói với người khi gặp lần đầu tiên

はじめまして。○○です。

Hello. My name is ～.
Rất vui được gặp anh / chị. Tôi là….

● おわびのことば

Apologizing
Lời nói xin lỗi

申_{もう}し訳_{わけ}ありません。

I'm so sorry.
Thành thật xin lỗi.

すみません。／ごめんなさい。

I'm sorry.
Xin lỗi.

利用者の部屋へ入るときのルール

● ノックを必ずします。

● そのあと「〇〇さま、失礼します」と言ってから部屋に入ります。

Rules for entering a care recipient's room /
Quy tắc khi vào phòng của người sử dụng dịch vụ điều dưỡng
• Always knock first.
• After that, say "Mr./Ms. ~, I'm going to come in.", and then enter.
• Bắt buộc phải gõ cửa trước khi vào.
• Tiếp theo, sau khi nói: " Bác…., cháu xin phép!", rồi mới vào.

コン！
コン！
コン！

 ここがポイント！

● あいさつは第一印象が大事です。

• When greeting people, it is important to leave a good first impression.
• Chào hỏi là ấn tượng quan trọng đầu tiên.

コラム いいあいさつ、悪いあいさつ

Good Greetings, Bad Greetings
Cách chào hỏi hay, cách chào hỏi không hay.

● いいあいさつ

・笑顔で相手の目を見ます。
・明るく元気に「こんにちは」と言います。
・同時に 30 度の角度で頭を下げます。

こんにちは！

30 度

Proper greeting / Cách chào hỏi hay.
• Smile and look the other person in the eye.
• Say "Hello" in a bright, energetic voice.
• At the same time, bow your head at a 30-degree angle
• Mặt tươi cười, nhìn vào mắt của đối phương.
• Nói "xin chào!" với vẻ mặt tươi tắn và giọng nói khỏe khoắn.
• Đồng thời, gập đầu một góc khoảng 30 độ.

● 悪いあいさつ

・下を向いて笑顔がないのはだめです。
・声が小さいあいさつはだめです。

…んにちは

Poor greeting / Cách chào hỏi chưa tốt
• Looking down and not smiling is not proper.
• Greeting with too quiet a voice is not proper.
• Khi chào hỏi nếu bạn nhìn xuống dưới và mặt không tươi cười là không được.
• Chào hỏi với giọng nói nhỏ là không được.

聞いて、話して、覚えよう！

利用者へあいさつ①

Greeting care recipients ① / Cách chào hỏi người sử dụng dịch vụ điều dưỡng ①

◁)) 04

施設の廊下です。ロアンさんが、車いすに座っている利用者の鈴木さんの正面にしゃがんで、あいさつをします。ロアンさんは利用者に初めて会います。

This is a hallway at the facility. Roang will crouch down in front of Mr. Suzuki, who is sitting in a wheel chair, and greet him. This is Roang's first time meeting a care recipient.
Hành lang trong trung tâm điều dưỡng. Chị Loan ngồi xổm xuống phía trước người sử dụng dịch vụ điều dưỡng đang ngồi trên xe lăn là bác Suzuki rồi chào hỏi. Chị Loan lần đầu tiên gặp bác sử dụng dịch vụ điều dưỡng này.

ロアン：こんにちは。

鈴木：　こんにちは。

ロアン：はじめまして、ロアンです。
　　　　ベトナムから来ました。
　　　　よろしくお願いします。

鈴木：　えっ、だれ？　よく聞こえない。

ロアン：ベトナムから来ました。ロアンです。
　　　　よろしくお願いします。

鈴木：　ベトナムから来たの。たいへんだね。よろしくお願いします。

ここがポイント！

● 車いすの正面でしゃがみます。

● 利用者の目線の高さになります。

● 笑顔であいさつします。

● ゆっくり、はっきりと話します。

● 利用者からあなたが見えているか、確認してからあいさつをします。

・Crouch down in front of the wheel chair.
・Get on the same eye level as the care recipient.
・Smile and look the other person in the eye.
・Speak slowly and clearly.
・Make sure the care recipient can see you before you greet them.
・Ngồi thấp mình xuống phía trước trước xe lăn.
・Tạo cho mình có chiều cao ngang với tầm mắt của người sử dụng dịch vụ điều dưỡng.
・Chào hỏi với nét mặt tươi cười.
・Nói một cách chậm rãi, rõ ràng.
・Phải xác nhận xem người sử dụng dịch vụ điều dưỡng có nhìn thấy bạn hay không, rồi tiến hành chào hỏi.

利用者へあいさつ②

Greeting care recipients ② / Cách chào hỏi người sử dụng dịch vụ điều dưỡng ②

◀)) 05

施設の廊下です。鈴木さんが、杖を使って
ゆっくりと歩いて来ます。今日の夜勤担当の
ロアンさんが、あいさつをします。

This is a hallway at the facility. Mr. Suzuki is
walking slowly using a cane. Roang, who is
working the night shift today, greets him.
Đây là hành lang của trung tâm điều dưỡng. Bác
Suzuki đang chống gậy đi bộ thong thả. Hôm nay
chị Loan làm việc ca đêm, chị chào bác.

ロアン：鈴木さま、こんばんは。
　　　　夜勤担当のロアンです。
　　　　よろしくお願いします。

鈴木：　ロアンさんが夜勤担当なのか。
　　　　よろしくお願いします。
　　　　うれしいな。

ロアン：ありがとうございます。
　　　　何か用事がありましたら、遠慮しないで声をかけてください。

鈴木：　ありがとう。よろしくお願いします。

ここがポイント！

● ゆっくり、はっきりと話します。

● 利用者からあなたが見えているか、確
　認してからあいさつします。

● 後ろから声をかけてはいけません。びっ
　くりして、からだのバランスをくずし
　ます。転倒することがあります。

• Speak slowly and clearly.
• Make sure the care recipient can see you
  before you greet them.
• Do not talk to them from behind. This could
  surprise them and cause them to lose their
  balance. They may even fall and injure
  themselves.
• Nói một cách chậm rãi, rõ ràng.
• Phải xác nhận xem người sử dụng dịch vụ
  điều dưỡng có nhìn thấy bạn hay không, rồi
  tiến hành chào hỏi.
• Không được bắt chuyện từ phía sau lưng đối
  phương. Người ta sẽ giật mình, mất thăng
  bằng. Có khi sẽ bị ngã.

確認テスト

Check Test / Bài kiểm tra

1. （　　　）の中に入るものを下から選びましょう。

① 「（　　　）」は朝のあいさつです。

② お客さまが来られたときは「（　　　）」といいます。

③ 昼のあいさつは、「（　　　）」です。

④ 仕事が終わりました。先に帰るときは「（　　　）」といいます。

⑤ 「（　　　）」はお礼のことばです。

⑥ 利用者が外出するときは「（　　　）」といいます。

いらっしゃいませ　　ありがとうございます　　お先に失礼します　　おはようございます　　いってらっしゃいませ　　こんにちは

2. 正しいものを選びましょう。

① あいさつは明るく元気にします。

② 利用者の部屋へ入るときは、ノックをします。

③ 利用者へのあいさつは、後ろからします。

④ あいさつはゆっくり、はっきりとします。

⑤ あいさつは第一印象が大事です。

⑥ 自分の好きな人だけにあいさつします。

3. ふたりでペアになって、あいさつの練習をしましょう。

（例）朝　Ａさん：「おはようございます」　Ｂさん：「おはようございます」

① 利用者が外出するとき　　　　Ａさん：　　Ｂさん：

② 外出から帰ってきたとき　　　Ａさん：　　Ｂさん：

③ お客さまが来たとき　　　　　Ａさん：　　Ｂさん：

④ お客さまが帰るとき　　　　　Ａさん：　　Ｂさん：

こたえ：１. －①おはようございます、②いらっしゃいませ、③こんにちは、④お先に失礼します、
⑤ありがとうございます、⑥いってらっしゃいませ　２. －①、②、④、⑤　3. －①いってらっしゃいませ、
②お帰りなさい、③いらっしゃいませ、④お気をつけてお帰りください

介護日記
Nursing Journal
Nhật ký điều dưỡng

ある年のお正月の風景
New Year's Day Scene
Phong cảnh ngày tết của một năm nọ

今年もお正月が来ました。わたしは夜勤の担当で、今うちに帰って来ました。昨日、年末年始をご自宅で家族と過ごす利用者さまが、帰宅されました。

いつもは利用者さまでいっぱいの食堂に、半分くらいしか人がいませんでした。食堂がとても広く感じました。

昨日の夜は、利用者さまと紅白歌合戦を見て、新しい年を迎えました。

朝、利用者さまに「明けましておめでとうございます」とあいさつをしました。

これから、今年も利用者さまが健康で元気に過ごせるように、近くの神社にお願いに行こうと思っています。

This year's New Year's Day is here. I'm in charge of the night shift, and I just got back to my house. As of yesterday, the care recipients who are going to spend the New Year with their families have gone home.

The cafeteria, which is usually full of care recipients, is now only about half full. It feels so spacious.

Last night, we welcomed the New Year by watching Kōhaku Uta Gassen with the care recipients.

In the morning, we greeted the care recipients by saying "Happy New Year".

From now, I'm going to go a shrine to pray for good health for all of our care recipients in the coming year.

Tết năm nay cũng đã đến.

Tôi làm việc ca đêm, và bây giờ đã về đến nhà.

Từ hôm qua, những người sử dụng dịch vụ điều dưỡng muốn đón năm mới tại nhà cùng với gia đình đã về nhà. Nhà ăn lúc nào cũng nhộn nhịp bởi các bác sử dụng dịch vụ điều dưỡng, nay chỉ còn chừng một nửa. Tôi có cảm giác như nhà ăn rộng ra. Từ tối hôm qua, tôi đã xem cuộc thi hát giữa đội trắng và đội đỏ cùng với những người sử dụng dịch vụ điều dưỡng và đón năm mới với các bác.

Buổi sáng, tôi đã chào các bác là "Chúc mừng năm mới!"

Từ bây giờ, tôi dự định sẽ đi đến đền thờ thần đạo gần nhà để cầu nguyện cho các bác sử dụng dịch vụ điều dưỡng được sức khỏe.

基本的な体位
きほんてき　たいい

Basic Body Position
Vị trí cơ thể một cách cơ bản

おむつ交換、食事、整容(→第16章)、着替えをするときの
きほん　たいい　まな
基本になる体位を学びましょう。

Let's learn the basic posture for changing diapers, eating meals, straightening posture and changing clothes.
Hãy học các vị trí cơ bản lúc thay tã, dùng bữa, chăm sóc bề ngoài, thay quần áo.

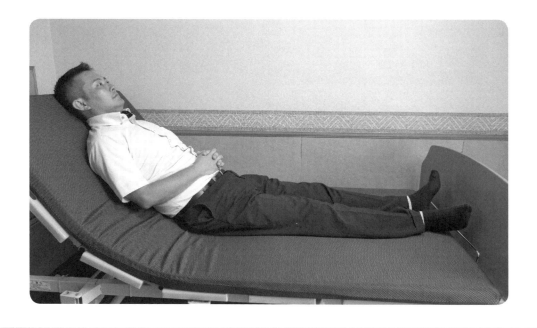

● 仰臥位：顔を天井に向けている姿勢です。ベッドの上で寝ている人の基本的な体位です。

Supine position: lying on one's back and facing the ceiling. This is the basic position used when lying on the bed.
Tư thế nằm ngửa: là tư thế nằm ngửa mặt nhìn lên trần nhà. Đây là vị trí cơ bản của người nằm trên giường.

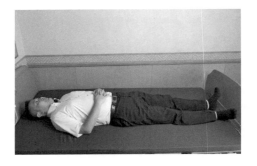

● 側臥位：横を向いて寝ている姿勢です。左を向いている姿勢は左側臥位、右を向いている姿勢は右側臥位といいます。楽な体位です。

Lateral position: lying on one's side. When facing the left side, it is called left-facing lateral position. When facing the right side, it is called right-facing lateral position. It is a comfortable position.
Tư thế nằm nghiêng: là tư thế nằm ngủ nhìn nghiêng về một phía. Tư thế nghiêng về bên trái được gọi là Hidari Sokugai (vị trí nằm hướng bên trái), tư thế nghiêng về bên phải gọi là Migi Sokugai (vị trí nằm hướng bên phải). Đây là tư thế thoải mái.

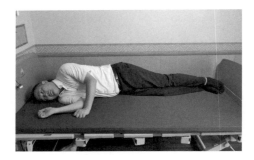

● 腹臥位：お腹を下にした体位です。顔は横に向けて寝ます。

Prone position: lying on one's stomach with one's head facing to the side.
Tư thế nằm sấp: đó là vị trí bụng nằm phía dưới. Đầu nhìn nghiêng sang bên nằm ngủ.

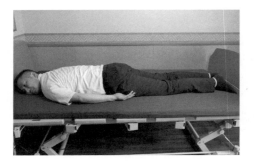

● 半座位：ベッドの上で座っている姿勢です。頭から腰まで起こしている体位です。ベッドの上で食事や整容などをするときの体位です。ファーラー位ともいいます。

Half-seated position: sitting upright on the bed. In this position, the care recipient's upper body is erect. It is used when eating meals, straightening posture or cleaning while on the bed. It is also known as Fowler's position.
Tư thế ngồi dựa: Là tư thế ngồi trên giường. Là tư thế từ đầu đến lưng đã ngồi dậy. Là tư thế khi dùng cơm, chăm sóc vẻ bề ngoài trên giường. Còn được gọi là tư thế ファーラー位 .

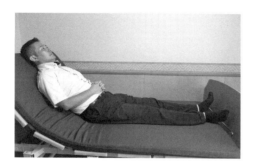

● 起座位：座っている体位から、前かがみになった姿勢です。呼吸や胸が苦しいときにとる体位です。

Sitting-up Position: a sitting position with the body leaning forward. This position is used when having chest pain or difficulty breathing.
Tư thế ngồi: Là tư thế từ vị trí ngồi đổ người về phía trước. Đây là tư thế khi hô hấp khó hay tức ngực.

● 端座位：ベッドの端に座った姿勢です。次に車いすに移るときや、立って歩行する前の体位です。

Seated position: sitting on the edge of the bed. This position is used when getting into a wheelchair or when getting ready to stand up.
Tư thế ngồi mép giường: là tư thế ngồi ở mép giường khi chuẩn bị di chuyển sang xe lăn, hoặc trước khi đứng dậy đi đâu.

● 立位：立っている姿勢です。支持基底面（積）が狭い体位です。不安定な体位です。

Standing position: basic standing posture. This is an unstable position due to the narrow supporting foundation.

Tư thế đứng: Đó là tư thế lúc đứng. Là tư thế diện tích hỗ trợ cơ bản hẹp nhất. Là tư thế không chắc chắn.

コラム ▶ 支持基底面積

Area of support base
Diện tích hỗ trợ cơ bản

・自分の体重を支える面積のことです。
・支持基底面積が大きいと安定します。

• This is the area of support for your weight.
• The bigger your base of support, the more stable you will be.
• Đó là diện tích nâng đỡ trọng lượng của bản thân.
• Diện tích hỗ trợ cơ bản lớn sẽ chắc chắn khi thao tác.

確認テスト
かくにん

Check Test / Bài kiểm tra

1. （　　　　）の中に写真に合う体位を下から選びましょう。
なか　しゃしん　あ　たいい　した　えら

① （　　　）

② （　　　）

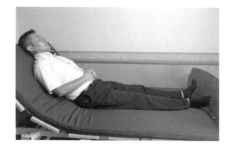

③ （　　　）

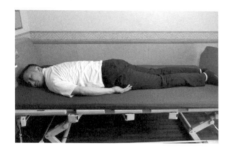

④ （　　　）

⑤ （　　　）

⑥ （　　　）

仰臥位	立位	半座位	端座位	側臥位	腹臥位
ぎょうがい	りつい	はんざい	たんざい	そくがい	ふくがい

第5章　基本的な体位

こたえ：1.ー①立位、②半座位、③腹臥位、④端座位、⑤側臥位、⑥仰臥位

2. 正しいものを選びましょう。

① 立位は安定しています。

② からだの右側を下にした体位を左側臥位といいます。

③ 腹臥位はお腹を下にした体位です。

④ 起座位は座って前かがみになった体位です。

⑤ 支持基底面積は狭いほど安定します。

3. （　　　　）の中に入るものを下から選びましょう。

① 顔を天井に向けている体位を（　　　　）といいます。

② からだの右側を下に寝ている体位を（　　　　）といいます。

③ からだの左側を下に寝ている体位を（　　　　）といいます。

④ ベッドの端に座っている体位を（　　　　）といいます。

⑤ 立っている体位を（　　　　）といいます。

⑥ 座って前かがみになっている体位を（　　　　）といいます。

| 立位 | 端座位 | 右側臥位 | 左側臥位 | 起座位 | 仰臥位 |

こたえ：2. ―③、④　3. ―①仰臥位、②右側臥位、③左側臥位、④端座位、⑤立位、⑥起座位

ボディメカニクス

Body Mechanics

Cơ học thân thể

りょうしゃ　　かいごしょく　　　　　かいじょしゃ　　　こうりつてき　　うご　　　　　　ほうほう
利用者と介護職などの介助者が、効率的に動くための方法です。
りょうしゃ　　　　　　　いどう　らく　　　　　　　かいじょしゃ　　　　　　　　　まも
利用者のからだの移動が楽になります。介助者のからだを守る
けんこう　　　　　　　　　　てつだ
ことができます。健康なからだで、いいお手伝いをしましょう。

These are methods for caregivers and care workers and care recipients to work together more efficiently.

They help make care recipients movements more comfortable.

They can also protect caregivers' bodies. Help your care recipients with a healthy body.

Đây là phương pháp để người sử dụng và người hỗ trợ như các nhân viên điều dưỡng làm việc một cách hiệu quả.

Việc di chuyển cơ thể của người sử dụng trở nên thoải mái. Có thể bảo vệ được cơ thể của người hỗ trợ.

Hãy giúp đỡ các bác một cách hữu ích bằng cơ thể khỏe mạnh.

利用者を起こす
Helping a care recipient to get up / Đỡ người sử dụng dịch vụ điều dưỡng ngồi dậy

◀)) 06

食堂に行くために、タオさんが鈴木さんをベッドから起こします。

Tao is helping Suzuki-san get out of bed to go to the cafeteria.
Chị Thảo đã đỡ bác Suzuki dậy để đi đến nhà ăn.

ロアン：鈴木さま、お昼ごはんの時間です。
　　　　一緒に食堂へ行きましょう。

鈴木：　はい、よろしくお願いします。

ロアン：じゃ、起きてください。

鈴木：　はい。

ロアン：足を曲げますよ。手を組んでください。

鈴木：　はい。

ロアン：お手伝いします。わたしのほうに向いてください。
　　　　足を下ろしてください。起きてください。大丈夫ですか。

鈴木：　大丈夫。

ここがポイント！

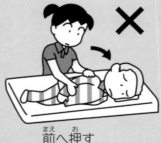

前へ押す
Push them forward / Đẩy về phía trước

手前へ引き寄せる
Pull them toward you / Kéo về phía trước

支点
fulcrum
Điểm tựa

- てこの原理を使います。
- 「押す」より「引く」ほうが少ない力で動かせます。
- 利用者のからだを小さくまとめます。
- からだ全体を使って動かします。
- 利用者を動かしたい方向に、自分のつま先を向けます。そして、自分のからだを一緒に動かすと、利用者を楽に動かせます。
- 利用者のからだにさわるときには「失礼します」と言います。

- Use the principle of leverage
- Pulling takes less energy than pushing
- Help your care recipient curl their body up
- Use your whole body to move them
- Point your toes in the direction in which you would like to move your care recipient. Moving your body together with your care recipient's will make things more comfortable for them.
- When touching a care recipient's body, say "*shitsurei shimasu*".
- Sử dụng nguyên lý đòn bẩy.
- "Kéo" có thể di chuyển với một lực ít hơn là "đẩy".
- Làm cho cơ thể của người sử dụng dịch vụ điều dưỡng thu gọn lại.
- Sử dụng toàn bộ cơ thể của mình để di chuyển các bác.
- Hướng đầu ngón chân của mình về phía mình cần di chuyển các bác sử dụng dịch vụ điều dưỡng. Và khi di chuyển cơ thể của các bác cùng với hướng di chuyển của cơ thể của mình thì sẽ dễ dàng để di chuyển các bác hơn.
- Khi chạm vào cơ thể của người sử dụng dịch vụ điều dưỡng sẽ nói 「失礼します。」(Tôi xin phép.)

・対象
たいしょう
（利用者
りようしゃ
）に近
ちか
づきます。

・腰
こし
を下
お
ろすときは重心
じゅうしん
を低
ひく
くします。

- Approach the object (care recipients)
- Lowering your hips also lowers your center of balance.
- Đến gần đối tượng (người sử dụng dịch vụ điều dưỡng)
- Khi ngồi xuống thì sẽ làm cho trọng tâm thấp hơn.

（　　　）の中に入るものを下から選びましょう。

① （　　　　）より（　　　　）ほうが少ない力で動かすことができます。

② 支持基底面積が（　　　　）ほうが安定します。

③ 重い物を持つときは、腰を（　　　　）した姿勢で持ちます。

④ 利用者を動かすときは、からだを（　　　　）まとめます。

⑤ （　　　　）は介助者のからだも守ります。

⑥ 利用者を動かすときは、（　　　　）の力だけでなく、（　　　　）全体の
力を使います。

腕　　からだ　　押す　　引く　　小さく

大きい　　低く　　ボディメカニクス

こたえ：①押す、引く、②大きい、③低く、④小さく、⑤ボディメカニクス、⑥腕、からだ

介護日記
Nursing Journal
Nhật ký điều dưỡng

ボディメカニクスは大事

Body mechanics are important
Cơ học thân thể là quan trọng.

介護職は、よく腰や背中を痛めます。腰を痛めてサポーターを腰に巻いて仕事をしている人がたくさんいます。

自分のからだを守るために、介助するときの重心の移動がとても大事です。

また、介助をするときは、介助しやすい高さにベッドを上げることも大切です。私もいそがしいときには、介護ベッドの高さを上げずに介助するときがあります。気をつけたいと思います。

Many caregivers often complain of back pain. There are also many people who work through the pain while wearing lower back supports.

In order to protect our bodies, it is important to move from our center of gravity when working.

It's also important to put your care recipient's bed at a height that makes it easier for you to assist them. Sometimes when I'm busy, I assist care recipients without raising their beds. This is something that I'd like to be more mindful of.

Nhân viên điều dưỡng thường hay đau lưng và hông. Có rất nhiều người điều dưỡng bị đau hông, phải quấn đai hỗ trợ để làm việc.

Để bảo vệ cơ thể của chính bản thân mình, việc di chuyển trọng tâm khi hỗ trợ là điều rất quan trọng.

Ngoài ra, khi hỗ trợ, việc nâng chiều cao của giường ở mức dễ tiến hành hỗ trợ cũng là điều quan trọng. Bản thân tôi khi bận, có khi tôi cũng không nâng giường lên cao cứ để vậy mà làm. Tôi muốn để ý đến vấn đề này khi làm việc.

第7章

見守り

Watching Over

Quan sát

見守りは、利用者の安全を守るために行います。
たくさんある介護の基本の仕事です。

Watching over means watching care recipients to ensure their safety.
It is one of the fundamental duties of most caregivers.

Quan sát đó là hành động để bảo vệ sự an toàn cho người sử dụng dịch vụ điều dưỡng.
Đây là công việc cơ bản có nhiều trong các công việc điều dưỡng.

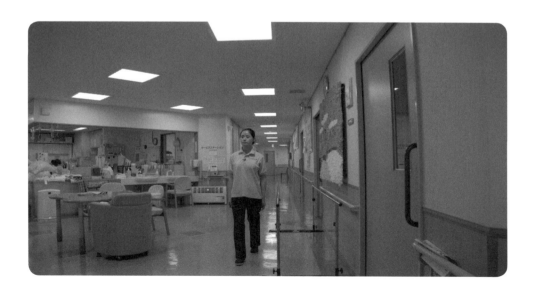

見守りの注意点

Things to be careful of when watching over carerecipients / Những điểm lưu ý khi quan sát

- 利用者のことをよく見ます。
- 利用者から目を離しません。
- 危険だと思ったら、すぐに助けられるところにいます。
- 見守り中は、利用者から離れてはいけません。
- 見守りから離れるときは、ほかの職員に交代してもらいます。
- 見守り中は、ほかの仕事をしてはいけません。
- 見守りが利用者の安全を守ります。「顔色が悪いかもしれない」「何をしたいのかな」「いつもと違うかもしれない」などに気をつけましょう。

- Watch your care recipients closely.
- Do not take your eyes off of your care recipients.
- If you feel that they are in danger, stand someplace where you can come to their aid immediately.
- Do not do other tasks while watching over your care recipients.
- If you must leave your care recipients' side, have another care worker look after them in your stead.
- Do not do other tasks while watching over your care recipients.
- Watching over care recipients helps keep them safe. Show them you are paying attention by saying things like "You don't look so good", "What would you like to do?" or "It may be a little different than usual."

- Nhìn thấy rõ các bác sử dụng dịch vụ điều dưỡng.
- Không rời mắt ra khỏi các bác sử dụng dịch vụ điều dưỡng.
- Nếu bạn nghĩ là nguy hiểm, phải lập tức đến nơi có thể hỗ trợ các bác ngay.
- Trong khi quan sát, không được rời khỏi các bác sử dụng dịch vụ điều dưỡng.
- Nếu muốn rời khỏi vị trí khi quan sát các bác, phải nhờ nhân viên khác thay mình.
- Trong lúc quan sát các bác, không được làm việc khác.
- Việc quan sát là bảo vệ sự an toàn cho những người sử dụng dịch vụ điều dưỡng. Hãy cùng chú ý khi "có vẻ sắc mặt không tốt", "không biết các bác muốn làm gì", " có vẻ như khác với mọi khi".

食堂　利用者の見守り

Dining area Watching over care recipients / Nhà ăn　Quan sát các bác sử dụng dịch vụ điều dưỡng

◀))07

車いすに座っている鈴木さんが、とつぜん立ち上がろうとしました。鈴木さんは、からだのバランスをくずしました。ロアンさんはあわてて近寄り、抱きかかえました。

Mr. Suzuki was sitting in a wheelchair when suddenly, he tried to stand up. Mr. Suzuki lost his balance. Roang hurriedly rushed to his side and held him.
Bác Suzuki đang ngồi trên xe lăn, đột nhiên bác muốn đứng dậy. Cơ thể bác mất cân bằng. Chị Loan vội chạy lại, ôm lấy bác.

ロアン：あぶない！
（ロアンさんが鈴木さんをかかえる）
鈴木：　あー、びっくりした。
　　　　ちょっとその新聞を取ろうと
　　　　思ったの。
　　　　ひとりでできると思ったんだ
　　　　けど…。
ロアン：鈴木さま、けががなくてよかった
　　　　です。
鈴木：　助けてもらって、ありがとう。

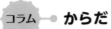
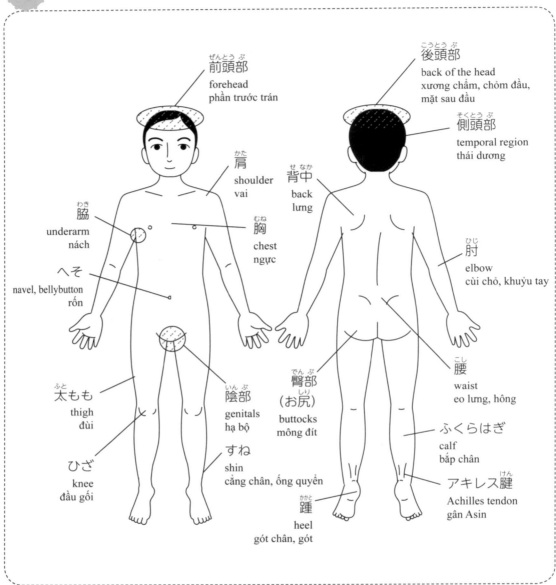

ぜんとう ぶ
前頭部
forehead
phần trước trán

こうとう ぶ
後頭部
back of the head
xương chẩm, chỏm đầu,
mặt sau đầu

そくとう ぶ
側頭部
temporal region
thái dương

かた
肩
shoulder
vai

せ なか
背中
back
lưng

わき
脇
underarm
nách

むね
胸
chest
ngực

ひじ
肘
elbow
cùi chỏ, khuỷu tay

へそ
navel, bellybutton
rốn

ふと
太もも
thigh
đùi

いん ぶ
陰部
genitals
hạ bộ

でん ぶ
臀部
しり
（お尻）
buttocks
mông đít

こし
腰
waist
eo lưng, hông

ふくらはぎ
calf
bắp chân

ひざ
knee
đầu gối

すね
shin
cẳng chân, ống quyển

アキレス腱
けん
Achilles tendon
gân Asin

かかと
踵
heel
gót chân, gót

1. 正しいものを選びましょう。

① 見守りをしているときに、ほかの利用者に呼ばれたので、そちらに行きました。

② いつもと違って、声をかけても返事がないので、看護師を呼びました。

③ 利用者がふらふらと立ち上がって歩いているので、自分も一緒について行きました。

④ 入浴の見守りを頼まれましたが、食事の時間が近づいたので、食事の準備をしました。

⑤ 見守りは、利用者が見える位置だったら、遠く離れていてもいいです。

2. 正しいものを選びましょう。

① 利用者の近くにいて、話をしながら見守りをしました。

② 食堂の見守りをしているときに、自分がトイレに行きたくなりました。ほかの職員に見守りをお願いしました。

③ 見守りは、ひとりの利用者だけを見ていればいいです。

④ 見守りは、重要な仕事ではありません。

⑤ 見守りは、利用者の健康状態を知ることができます。

こたえ：1．ー②、③　2．ー①、②、⑤

初めての仕事
はじ　　　　しごと

My First Job
Công việc đầu tiên

わたしは 25 年間銀行員でした。わたしの母が年をとり施設に入りました。

毎週、母に会うために施設にいくと、職員の人たちが一生懸命働いていました。母のことをよくお世話してくれました。

わたしは福祉に興味を持ち、介護の資格を取りました。銀行を退職後、施設に就職しました。

わたしが、施設に就職して初めての仕事は見守りでした。どうしたらいいのだろう。何をしたらいいかわからない。とても緊張したのを思い出します。

I worked at a bank for 25 years. My mother got old and checked into a care facility.

Every week, when I went to see her at the facility, the care workers were there working so hard. They carefully looked after my mother.

I became interested in welfare and got certified as a caregiver. After leaving my job at the bank, I began working at a care facility.

The first job I got after apply to care facilities was watching over care recipients. I didn't know what to do or how to do it. I remember how nervous I was.

Tôi đã là nhân viên ngân hàng 25 năm. Mẹ của tôi đã lớn tuổi nên vào viện dưỡng lão.

Mỗi tuần, khi tôi đi đến viện dưỡng lão để gặp mẹ, tôi thấy các nhân viên điều dưỡng làm việc rất chăm chỉ. Họ chăm sóc mẹ tôi chu đáo.

Tôi có hứng thú với công việc phúc lợi nên đã thi lấy chứng chỉ điều dưỡng. Sau khi nghỉ làm ở ngân hàng, tôi đã làm việc ở viện điều dưỡng.

Công việc đầu tiên của tôi tại trung tâm điều dưỡng đó là quan sát các bác. Tôi không biết nên làm gì, phải làm thế nào thì tốt. Tôi nhớ là mình đã rất căng thẳng.

介護ベッド
かい ご

Nursing Care Bed

Giường hỗ trợ điều dưỡng

介護ベッドは、特殊なベッドです。

介護ベッドを使うと、楽に介助ができます。

利用者の中には、一日のほとんどをベッドで過ごす人がいます。

からだへの負担が少ない工夫が必要です。

Nursing care beds are a unique kind of bed. Using nursing care beds can help make assisting your care recipients easier.

There are some care recipients who spend most of their day in bed. This is a device that reduces strain on one's body.

Giường hỗ trợ điều dưỡng là loại giường đặc biệt. Khi sử dụng giường điều dưỡng sẽ dễ dàng chăm sóc người cần hỗ trợ.

Trong số những người sử dụng dịch vụ điều dưỡng, có rất nhiều người hầu như trải qua cả ngày trên giường.

Cần thiết phải nghiên cứu làm sao giảm thiểu áp lực cho cơ thể.

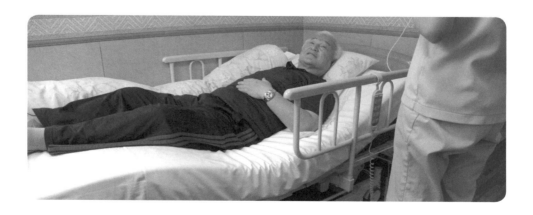

介護ベッドの特徴

Features of nursing care beds / Đặc trưng của giường hỗ trợ điều dưỡng

● ベッドの高さが上がります。下がります。介護しやすい高さにすることができます。介護する人の腰の負担が減ります。

● ベッドの足元がギャッチアップ（角度をつけて上げること）できます。少し足が高くなると楽になります。下へずれて下がることがふせげます。

● ベッドの頭の部分がギャッチアップできます。頭が上がると、見える範囲が広がります。背中と頭が上がると、からだが楽になります。

● ベッドの幅が狭いです。介護する人は利用者のからだの移動が楽です。

- The height of the bed can be raised or lowered. It can be adjusted to a height that makes it easier to assist care recipients. This reduces the strain put on caregivers' backs.
- The leg section of the bed can also be raised (by adjusting what angle it is at). Slightly raising care recipients' legs can make them more comfortable. This can prevent their legs from sliding down or off of the bed.
- The head section of the bed can be raised. Raising their head can expand their field of vision. Raising their head and back can also make care recipients more comfortable.
- The bed is not very wide. It makes it easier for caregivers to move care recipients when assisting them.

- Chiều cao của giường có thể nâng lên, hạ xuống. Có thể điều chỉnh ở độ cao thích hợp để chăm sóc. Giảm sự chịu lực cho phần eo hông của người hỗ trợ.
- Phần cuối giường cũng có thể nâng lên được (nâng lên theo từng góc độ). Phần chân hơi nâng lên cao một tí sẽ thoải mái hơn. Có thể tránh được việc bị tuột xuống phía dưới.
- Bộ phận phía đầu giường có thể dựng lên được. Khi đầu nâng lên cao, phạm vi có thể nhìn thấy sẽ rộng hơn. Khi nâng lưng và đầu lên thì cơ thể sẽ thoải mái hơn.
- Bề rộng của giường thì hẹp. Những người điều dưỡng di chuyển cơ thể của người sử dụng dịch vụ điều dưỡng sẽ dễ dàng.

● 高さが上がると、危険が増えます。ベッドから落ちると、大きなけがや事故になります。

● 仕事が終わったら、必ず元の位置に戻したか、確認します。（高さ、頭や足の位置、外した手すりなど）

● ベッドを動かすときは、利用者のからだの一部にさわります。利用者が安心します。

● ベッドの高さが低いと、介助者が腰を痛めやすくなります。

● ベッドの上で食事介助や話をするときに、頭の部分をギャッチアップします。目線を同じにします。頭を上げると、話すときに声が楽に出ます。

- The higher the bed gets, the greater the danger increases. If your care recipient falls off of the bed, they could injure themselves or cause an accident.
- Always be sure to return the bed to its original position once your work is done. This includes the head section, the leg section, any removable hand rails and more.
- When moving the bed, gently touch your care recipient to reassure them.
- If the bed is positioned too low, it may put strain on the caregiver's back.
- Raise the head section of the bed when assisting with eating or speaking with your care recipient. Put their eye level at the same height as yours. Raising their head when having a conversation can also make it easier for them to talk.
- Khi nâng chiều cao của giường lên thì sự nguy hiểm cũng gia tăng. Khi rơi từ trên giường xuống sẽ bị thương hoặc sẽ gặp tai nạn.
- Sau khi xong việc, phải xác nhận lại xem đã quay lại vị trí cũ chưa. (Chiều cao, vị trí của đầu, chân, tay vịn đã được tháo ra...)
- Khi dịch chuyển giường, người hỗ trợ nên đặt tay vào một bộ phận nào đó trên cơ thể người được hỗ trợ để họ cảm thấy an tâm.
- Nếu như chiều cao của giường thấp, người hỗ trợ sẽ dễ đau lưng.
- Khi hỗ trợ ăn uống trên giường hoặc lúc nói chuyện, cần dựng phần đầu giường lên. Tầm mắt ngang với tầm mắt của mình. Nếu nâng đầu giường lên, khi nói, lời nói dễ bật ra hơn.

コラム ベッドを動かす前の声かけ

Notifying Care Recipients before Moving Their Bed /
Đánh tiếng trước khi di chuyển giường.

寝ている人は、ベッドが動くと「こわい」と感じます。動かす前に伝えましょう。

・「着替えをします。ベッドを上げます」
・「食事です。食べやすいように頭を上げます」
・「終わりました。ベッドを下げます」

会話ができない利用者にも、声に出して伝えます。こわい気持ちは同じです。

Care recipients lying on the bed might be surprised if it starts moving suddenly, so be sure to notify them before moving the bed.
• "Let's change your clothes. I'm going to raise the bed."
• "It's time for your meal. I'm going to raise the upper section of your bed to make it easier to eat."
• "We're finished. I'm going to lower the bed now."
You should also notify care recipients who are unable to speak. They still get surprised just like everyone else.

Người đang nằm sẽ cảm thấy "sợ hãi" nếu như giường chuyển động. Vì thế, trước khi dịch chuyển phải thông báo với họ.
• "Cháu sẽ thay đồ cho bác. Cháu nâng giường lên nhé."
• "Đến giờ cơm rồi ạ. Cháu sẽ nâng phần đầu lên cho dễ ăn nhé."
• "Xong rồi ạ. Cháu hạ giường xuống nhé."
Cho dù người sử dụng dịch vụ điều dưỡng không thể nói chuyện được đi nữa, chúng ta vẫn phải lên tiếng để báo cho họ biết. Tâm trạng sợ hãi là giống nhau.

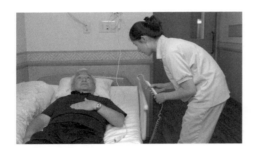

正しいものを選びましょう。

① 利用者が寝ていたので、声かけをしないでベッドを上げて、そうじを
しました。

② ベッドを上げて更衣介助をしました。10分後に食事介助をするので、
下げないで部屋を出ました。

③ 利用者のからだのようすを聞いて、ギャッチアップしました。そのあと、
これでいいか、確認しました。

④ 介護ベッドを動かすとき、介護ベッドのまわりに気をつけます。

⑤ 介護ベッドの高さを上げた状態で、ほかの人の介助に行きます。

⑥ 全介助の利用者なので、介護ベッドの手すりはしなくてもいいです。

こたえ：③、④

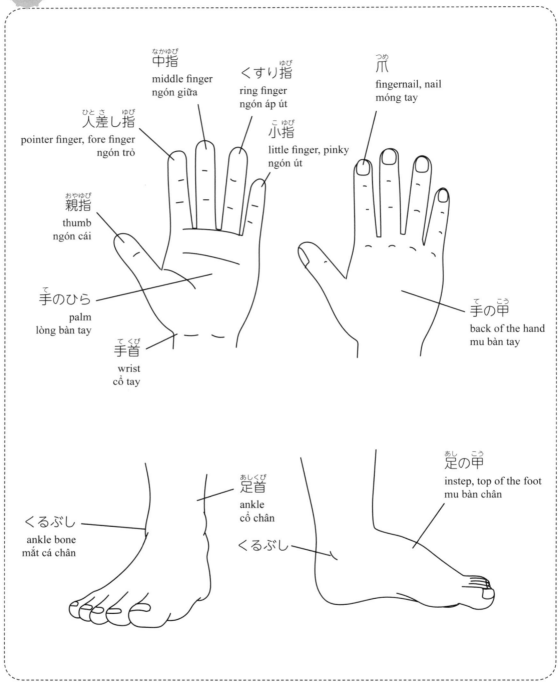

中指
なかゆび
middle finger
ngón giữa

くすり指
ゆび
ring finger
ngón áp út

爪
つめ
fingernail, nail
móng tay

人差し指
ひと さ　ゆび
pointer finger, fore finger
ngón trỏ

小指
こ ゆび
little finger, pinky
ngón út

親指
おやゆび
thumb
ngón cái

手のひら
て
palm
lòng bàn tay

手の甲
て　こう
back of the hand
mu bàn tay

手首
て くび
wrist
cổ tay

足首
あしくび
ankle
cổ chân

足の甲
あし　こう
instep, top of the foot
mu bàn chân

くるぶし
ankle bone
mắt cá chân

くるぶし

ベッドメイキング

Bed-making

Dọn giường

りょうしゃ　なか　　　　　いちにち　　　　　　　　　　　　　　　　す　　ひと
利用者の中には、一日のほとんどをベッドで過ごす人がいます。

き　も　　　　　　　かんきょう
気持ちのよい環境をつくりましょう。

Some care recipients spend most of the day in their beds.

Let's do our best to create a pleasant atmosphere for them.

Trong số các bác sử dụng dịch vụ điều dưỡng, có bác hầu như ở trên giường suốt cả ngày.

Hãy tạo một môi trường thoải mái cho các bác nhé.

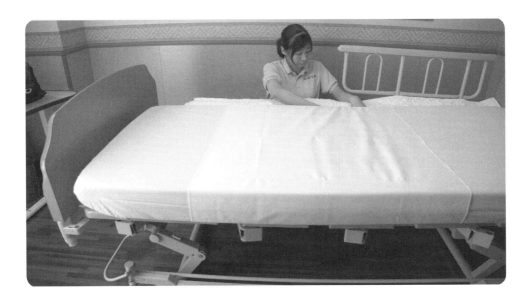

ベッドメイキングのポイント
Points on Bedmaking / Những điểm mấu chốt khi dọn giường

● 利用者の物を動かしたときは、元のところに置きます。

● 利用者の物を捨てるときは、かならず本人に確認します。「大切な」物かもしれません。

● シーツにしわがあると「褥瘡（床ずれ、皮ふの一部がただれたり、傷ができたりすること）」の原因になります。シーツのしわがないように、手でシーツを引っぱります。

● ベッドは利用者の大事な場所と考えます。

- If you have to move your care recipient's belongings, be sure to put them back where they were.
- If you have to throw away something that belongs to your care recipient, be sure to check with them first. It may be something important to them.
- Wrinkled sheets could cause bedsores (bedsores are when part of the skin becomes sore or inflamed). Be sure to pull the sheets to get rid of any wrinkles.
- Think of your care recipient's bed as their important area.
- Khi dịch chuyển đồ đạc của các bác sử dụng dịch vụ điều dưỡng, bắt buộc phải để lại chỗ cũ.
- Khi muốn vứt đồ của người sử dụng dịch vụ điều dưỡng, bắt buộc phải hỏi ý kiến của các bác. Có thể đó là những vật vô cùng "quan trọng" đối với các bác.
- Nếu khăn trải giường bị nhàu, sẽ là nguyên nhân dẫn đến thịt da bị hoại tử (thối loét do nằm liệt giường, hoặc một phần da thịt bị viêm loét) . Hãy lấy tay kéo khăn trải giường để không bị nhàu.
- Giường là nơi vô cùng quan trọng của người sử dụng dịch vụ điều dưỡng.

コラム ── **ベッドメイキングに必要なもの**

Things Needed to Make a Bed /
Những vật cần thiết khi dọn giường.

- ・清潔なシーツとまくらカバー
- ・湿気がないふとんやまくら
- ・しわがないシーツ

- Clean sheets and pillow covers
- Dry duvet and pillows
- Ironed sheets
- Áo gối và khăn trải giường sạch sẽ.
- Gối và chăn không bị ẩm mốc
- Khăn trải giường không nhàu.

 聞いて、話して、覚えよう！

シーツ交換①
Changing sheets ① / Thay khăn trải giường ①

🔊 **08**

タオさんが、鈴木さんのベッドのシーツを交換します。タオさんは、結ぶ方法でシーツを交換していきます。

Tao is changing Mr. Suzuki's sheets. Tao is changing them using a tying method.
Chị Thảo thay khăn trải giường cho bác Suzuki. Chị đã thay khăn trải giường theo hình thức buộc.

タオ：失礼します。

鈴木：こんにちは。

タオ：こんにちは。鈴木さま、今からシーツの交換をします。

鈴木：お願いします。

タオ：ゆっくり立ってください。いちにのさん。大丈夫ですか。ゆっくり歩いてください。

鈴木：はい、食堂にいます。終わったら呼んでください。

タオ：はい、わかりました。

ここがポイント！

● シーツにしわがないように仕上げます。

- Arrange the sheets so that there are no wrinkles.
- Để khăn trải giường không bị nhàu.

 いろいろなシーツ交換の方法

Various ways of changing sheets /
Có nhiều phương pháp thay khăn trải giường

① 結ぶ

Tying / Buộc

② 三角折り

Triangle fold / Gập góc hình tam giác

☞この方法だと引っぱってもずれません。

This way, they will not come undone even if they are pulled.
Với phương pháp này cho dù có kéo cũng không lệch.

シーツ交換②

Changing sheets ② / Thay khăn trải giường ②

🔊09

タオさんがシーツ交換をしました。まくらの横にあった時計と本は、机の上に置きました。鈴木さんが部屋に戻りました。しばらくすると…鈴木さんが少し怒っています。

Tao has changed the sheets. She placed the watch and book that were by the pillow on top of the desk. Mr. Suzuki returned to his room. After a while, Mr. Suzuki becomes a little angry.

Chị Thảo đã thay khăn trải giường. Cuốn sách và đồng hồ nằm cạnh gối, chị đặt nó lên trên bàn. Bác Suzuki quay lại phòng. Sau một hồi, bác hơi nổi giận.

タオ：シーツ交換が終わりました。

　　　ゆっくり来てください。

　　　もうちょっと近くまで…。

　　　杖をもらいます。

　　　しっかりつかまってください。

　　　ゆっくり座ります。

鈴木：ありがとう。

　　　…タオさん、時計がない、本もない。

タオ：申し訳ありません。これですね。わたしが動かしました。

　　　すみませんでした。

鈴木：ありがとう。

ここがポイント！

● 利用者の物を動かしたときは、元のところに置きます。

- If you move any of your care recipient's belongings, be sure to put them back where they were.
- Khi dịch chuyển đồ đạc của các bác sử dụng dịch vụ, phải đặt lại vị trí cũ.

1. 正しいものを選びましょう。

① 利用者に言わないで、シーツ交換をしました。

② シーツ交換を 2 週間しません。

③ ほこりをたてないで、シーツ交換をしました。

④ 少しだったら、汚れたシーツでもいいです。

⑤ 利用者に確認しないで、利用者の新聞を捨てました。

⑥ シーツに少ししわがあってもいいです。

2. （　　　）の中に入るものを下から選びましょう。

① （　　　）は引っぱってもずれません。

② シーツのしわをなくすため、（　　　）でシーツをのばしました。

③ シーツ交換のときは、ベッドの高さを（　　　）といいです。

④ シーツにしわがあると、（　　　）の原因になります。

上げる　　三角折り　　ふたり　　手　　褥瘡

こたえ：1．—③　2．—①三角折り、②手、③上げる、④褥瘡

利用者さまの青春時代の思い出

Care recipients' memories of their youth

Ký ức thời thanh niên trai trẻ của các bác sử dụng dịch vụ điều dưỡng

今年で90歳になる男性がいます。ご夫婦で施設に入所しています。わたしがベッドメイキングで利用者さまの部屋に入ったときに、壁に1枚の絵がかけてありました。

それはレンガで造られた学校の校舎に見えました。利用者さまに絵のお話をすると、「若いときに通っていたむかしの高校の建物の絵なんだ」と教えてくれました。自分で描いたそうで、とてもうれしそうにたくさんの思い出を話してくれました。「いろいろたいへんなこともあったけれど、わたしは家族にもめぐまれて、幸せな人生だったよ」と言っていました。

わたしはまだ結婚していませんが、利用者さまのようになりたいと思いました。

This year, we have one male care recipient who turned 90 years old. He lives in the nursing facility with his wife. When I went in his room to make his bed, he had one picture on the wall.

It looked like it was of a school building made of brick. Talking about this picture, the care recipient said, "It's a picture of the school I used to go to when I was young." He painted it himself. He also happily told me about many wonderful memories he had. He said, "There were a lot of difficulties, but I had my family and I was happy."

I'm not married, but someday, I would like to be like this man.

Có một bác trai năm nay tròn 90 tuổi. Cả hai vợ chồng bác đều vào viện dưỡng lão.Mỗi khi tôi vào phòng bác để dọn giường, tôi đều thấy trên tường có treo một bức tranh.

Bức tranh đó tôi nhìn thấy là một tòa nhà của trường học được xây bằng gạch. Khi tôi hỏi bác về bức tranh đó, thì bác kể rằng đó là "bức tranh về toà nhà của trường cấp III ngày xưa lúc còn trẻ tôi đã học.". Hình như đó là bức tranh bác đã tự vẽ, bác kể cho tôi nghe rất nhiều kỷ niệm một cách rất vui. Bác nói: "Cũng có rất nhiều vất vả, tuy nhiên, tôi đã được trời ban cho một gia đình, tôi đã sống một cuộc sống hạnh phúc.".

Tôi chưa lập gia đình, nhưng tôi cũng muốn được như bác.

第 10 章

車いすの動かし方

Using Wheelchairs

Cách di chuyển xe lăn

車いすは歩けない人や体調の悪い人が使います。

動かし方をまちがえると、大きな事故になります。

安全な動かし方ができるようになりましょう。

Wheelchairs are used by people who cannot walk or who are ill.

Using them incorrectly could cause serious accidents. Learn the correct way to use wheelchairs.

Xe lăn được những người không thể đi bộ hay những người có tình trạng cơ thể không được khỏe sử dụng.

Nếu sử dụng nhầm cách di chuyển, sẽ dẫn đến tai nạn lớn.

Hãy cùng ghi nhớ để có được cách di chuyển an toàn

車いすの各部分

<ruby>車<rt>くるま</rt></ruby>いすの<ruby>各部分<rt>かくぶぶん</rt></ruby>

Parts of a wheelchair / Các bộ phận của xe lăn

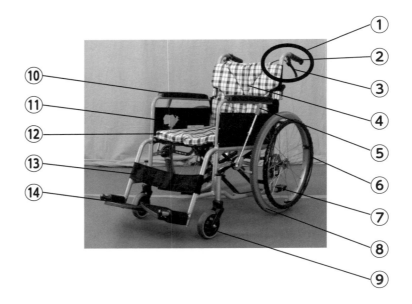

① <ruby>手押<rt>てお</rt></ruby>しハンドル
<ruby>介助者<rt>かいじょしゃ</rt></ruby>が<ruby>車<rt>くるま</rt></ruby>いすを<ruby>動<rt>うご</rt></ruby>かすときに<ruby>使<rt>つか</rt></ruby>います。

② グリップ（<ruby>手押<rt>てお</rt></ruby>しハンドル）
<ruby>介助者<rt>かいじょしゃ</rt></ruby>が<ruby>車<rt>くるま</rt></ruby>いすを<ruby>動<rt>うご</rt></ruby>かすときに<ruby>使<rt>つか</rt></ruby>います。

③ <ruby>介助用<rt>かいじょよう</rt></ruby>ブレーキ
<ruby>介助者<rt>かいじょしゃ</rt></ruby>が<ruby>使<rt>つか</rt></ruby>うブレーキです。

④ バックサポート
<ruby>背<rt>せ</rt></ruby>もたれです。

⑤ （<ruby>車輪止<rt>しゃりんど</rt></ruby>め）ブレーキ
<ruby>車<rt>くるま</rt></ruby>いすを<ruby>停止<rt>ていし</rt></ruby>するときのブレーキです。

① Push handle: These are used by caregivers when moving the wheelchair.
② Hand grip: These are used by caregivers when moving the wheelchair.
③ Hand brake: This is a brake that can be used by the caregiver.
④ Backseat: This is to support the care recipient's back.
⑤ Brake: This is used to stop the wheel chair.

① Tay đẩy: Người hỗ trợ sẽ sử dụng khi di chuyển xe.
② Tay cầm: Người hỗ trợ sẽ sử dụng khi di chuyển xe.
③ Thắng hãm hỗ trợ: Là thắng dành cho người hỗ trợ sử dụng.
④ Phần đệm tựa lưng: Là nơi để người ngồi trên xe lăn tựa lưng.
⑤ Thắng: Được sử dụng khi dừng xe lăn lại.

⑥ **ハンドリム**

自分で車いすを動かすときに使います。

⑦ **ティッピングレバー**

段差をこえるとき、足でふんで前輪を上げるときに使います。

⑧ **後輪（駆動輪）**

車いすの主な車輪

⑨ **前輪（キャスター）**

⑩ **アームサポート**

肘をかけるところです。

⑪ **サイドガード**

服が車輪に巻きこまれないためのカバーです。

⑫ **シート**

利用者が座るところです。

⑬ **レッグサポート**

足を後ろに落とさないためのものです。

⑭ **フットサポート**

足をのせるところです。

⑥ Hand rim: These are used by care recipients to move their wheelchair.
⑦ Tipping lever: This can be used to raise the front wheels when going up ramps or curbs by stepping on it.
⑧ Rear wheel: This is the wheelchair's main wheel.
⑨ Caster wheel
⑩ Armrest: This is a place for care recipients to rest their elbows.
⑪ Side guard: This prevents care recipients' hips from getting caught in the wheels.
⑫ Seat: This is where the care recipient sits.
⑬ Leg strap: This prevents care recipients' legs from falling back out of the footrests.
⑭ Footrest: This is where the care recipient puts their feet.
⑥ Bánh lăn: Sử dụng khi người ngồi xe lăn tự di chuyển xe một mình.
⑦ Thanh cân bằng: Sử dụng khi muốn lên bậc thềm, nhấn chân vào để nâng bánh trước lên.
⑧ Bánh sau: Là bánh chính của xe lăn
⑨ Bánh trước
⑩ Tựa tay: Là nơi để người ngồi trên xe lăn gác tay.
⑪ Tấm ngang bảo hộ: Là tấm chắn bảo hộ để cho quần áo của người ngồi trên xe lăn không quấn vào bánh xe.
⑫ Nệm ngồi: Là nơi để người sử dụng xe lăn ngồi.
⑬ Chỗ giữ bắp chân: Là tấm chắn để cho chân không rơi xuống phía sau.
⑭ Chỗ để chân: Là nơi để đặt chân.

介助の準備と注意点

Preparations and things to be careful of for caregivers / Sự chuẩn bị và những vấn đề cần chú ý khi hỗ trợ.

● 使い方をまちがえると、大きな事故になります。

● 介助者の服はズボン、靴は運動靴がいいです。

● 新しいことをするときはいつも、必ず声かけをします。

● 車いすを動かす前に、利用者の体調を確認します。

● 車いすに安全に座っているか、確認します。

- Using wheelchairs incorrectly could cause serious accidents.
- Care recipients should shoes and pants that are easy to move in.
- Before doing something new, always notify your care recipient first.
- Check to see how your care recipient is doing before moving the wheelchair.
- Make sure they are seated in the wheelchair properly and safely.
- Nếu nhầm cách sử dụng thì sẽ gây ra tai nạn lớn.
- Quần áo của người hỗ trợ là quần âu và giày thể thao sẽ phù hợp.
- Trước khi làm điều gì mới, bắt buộc phải lên tiếng báo cho người được hỗ trợ biết.
- Trước khi di chuyển xe lăn, phải xác nhận lại tình trạng sức khỏe của người sử dụng dịch vụ điều dưỡng.
- Xác nhận lại xem người cần hỗ trợ đã ngồi an toàn trên xe lăn chưa.

車いすの安全を確認する

① ブレーキや介助用ブレーキが効きますか。

② タイヤの空気が減っていませんか。
（空気が少ないとブレーキが効きません）

③ 前輪と後輪が楽に動きますか。

④ フットサポートがしっかりと止まりますか。

⑤ シートにたるみや傷がありませんか。

⑥ 全体のがたつきなどがありませんか。

⑦ 車いすが利用者のからだに合っていますか。

Make sure that the wheelchair is safe to use. / Kiểm tra sự an toàn của xe lăn.

① Do the hand brakes and lower brakes work?
② Is there enough air in the tires? (If not, the brakes may not work properly)
③ Do the main and caster wheels move freely and smoothly?
④ Are the footrests unfolded and properly set?
⑤ Is there any slack or tearing in the seat?
⑥ Is anything rattling on the wheelchair?
⑦ Does the wheelchair properly fit your care recipient's body?

① Kiểm tra xem bộ phận thắng và bộ phận thắng hỗ trợ có ăn hay không
② Kiểm tra xem bánh xe có thiếu hơi hay không (nếu thiếu hơi thì tháng sẽ không ăn.)
③ Kiểm tra xem bánh trước và bánh sau di chuyển dễ dàng không.
④ Kiểm tra xem chỗ để chân có chắc chắn hay không.
⑤ Kiểm tra xem nệm ngồi có thụng xuống hay có bị rách xước hay không?
⑥ Kiểm tra xem tổng thể có thăng bằng hay chưa?
⑦ Kiểm tra xem xe lăn có hợp với cơ thể của người sử dụng dịch vụ điều dưỡng hay không?

聞いて、話して、覚えよう！

車いすで散歩

Going for a walk in a wheelchair / Dạo bộ bằng xe lăn.

◀) 10

鈴木さんが車いすで散歩します。ロアンさんが介助します。車いすの安全を確認しました。

Mr. Suzuki will go for a walk in his wheelchair. Roang will assist him. She checks to make sure the wheelchair is safe to use.
Bác Suzuki đi dạo bộ bằng xe lăn. Chị Loan là người hỗ trợ. Chị đã kiểm tra lại sự an toàn của xe lăn.

ロアン：失礼します。
　　　　鈴木さま、散歩に行きませんか。
鈴木：　はい、お願いします。
ロアン：車いすを用意します。
（車いすをベッドにななめにつける）
ロアン：鈴木さま、体調はいかがですか。
鈴木：　はい、いいです。
ロアン：もう少し前に座ってください。
　　　　左手でここにつかまってください。

（車いすのアームサポートにつかまってもらう）
ロアン：はい。立ってください。
（ゆっくり車いすのほうにまわる）
ロアン：ゆっくり座ってください。
　　　　足をのせてください。
　　　　手をアームサポートの内側に入れます。
　　　　ブレーキを外します。動きます。鈴木さま、出発します。
鈴木：　はい。

ここがポイント！

<動かす前>

● 車いすの左右、両方にブレーキがかかっているか、確認します。

● 深く座っているか、確認します。

● アームサポートの内側に手が入っているか、確認します。

● フットサポートに両足がのっているか、確認します。

● 服やひざかけが後輪にかかっていないか、確認します。

● 車いすのまわりを確認します。

● グリップ（手押しハンドル）を両手でしっかりにぎります。

● 車輪止めブレーキを外します。

<動かすとき>

● バランスよくまっすぐ押します。

● 自動車、自転車、歩行者に気をつけます。

Before using / Trước khi di chuyển.
• Check to see if the brakes on the left and right sides are engaged.
• Check to see if your care recipient seated all the way in the seat.
• Check to see if their hands inside the armrests.
• Check to see if both of their feet in the footrests.
• Check to see if their clothes or blanket are caught in the rear wheel.
• Check around the wheelchair.
• Firmly grasp the hand grip with both hands.
• The brake is disengaged.
• Kiểm tra xem hai bên trái phải của xe lăn có thắng hay không.
• Kiểm tra xem người sử dụng dịch vụ điều dưỡng đã ngồi lùi sâu vào sau xe chưa?
• Kiểm tra xem tay của người được hỗ trợ đã nằm bên trong chỗ gác tay hay chưa.
• Kiểm tra xem cả hai chân đã đặt lên chỗ để chân hay chưa?
• Kiểm tra xem quần áo và khăn phủ đầu gối có vướng vào bánh xe sau hay không?
• Kiểm tra xung quanh xe lăn.
• Nắm tay đẩy bằng hai tay thật chắc chắn.
• Bỏ thắng dừng xe.

When using a wheelchair /
Khi di chuyển
• Maintain your balance and push it forward.
• Be careful of cars, bicycles and other pedestrians.
• Đẩy thẳng giữ thăng bằng.
• Chú ý đến xe ô tô, xe đạp và người đi bộ.

80

聞いて、話して、覚えよう！

段差の上がり方

How to go up a step or ramp / Cách đi lên bậc thềm.

ロアンさんは、鈴木さんが乗っている車いすを介助しながら、段差を上がります。しっかり声かけします。

Roang is assisting Mr. Suzuki, who is in a wheelchair, and they must now go up a step. Roang will first clearly notify Mr. Suzuki.
Chị Loan hỗ trợ bác Suzuki đang ngồi trên xe lăn, đi lên bậc thềm. Chị lên tiếng báo cho bác biết.

ロアン：段差があります。しっかりアームサポートにつかまってください。

鈴木：　はい、大丈夫です。

ロアン：これから段差をこえます。少しからだが後ろに倒れます。

＊　＊　＊

ロアン：鈴木さま、ご気分はどうですか。

鈴木：　少しこわかった。

ここがポイント！

- 深く座っているか、確認します。

- ティッピングレバーをふみます。前輪（キャスター）を持ち上げます。

- ゆっくり進みます。

- ゆっくり前輪（キャスター）をのせます。

- 後輪（駆動輪）が段差にあたるまでまっすぐ進みます。

- 後輪（駆動輪）が段差にあたります。

- 後輪（駆動輪）をからだで押して進みます。

- 段差をこえます。

- Make sure your care recipient is seated all the way in the wheelchair.
- Step on the tipping bar. This will raise the front caster wheels.
- Slowly move forward.
- Slowly lower the front caster wheels onto the raised surface.
- Continue moving forward until the rear main wheel comes in contact with the step.
- The rear main wheel comes in contact with the step.
- Push the rear main wheel forward with your body.
- Push the wheelchair up and over the step.
- Kiểm tra lại xem đã ngồi sâu vào sau ghế chưa.
- Đạp vào thanh cân bằng. Nâng bánh trước lên.
- Từ từ tiến lên.
- Từ từ nâng bánh trước lên.
- Tiến thẳng lên cho đến khi bánh sau chạm vào thềm.
- Bánh sau đã chạm vào thềm.
- Dùng cơ thể đẩy bánh sau tiến lên.
- Vượt qua được bậc thềm.

段差の下り方

How to go down a step or ramp / Cách xuống bậc thềm.

🔊 12

ロアンさんは、鈴木さんが乗っている車いすを介助しながら、段差を下ります。しっかり声かけをします。

Roang is assisting Mr. Suzuki, who is in a wheelchair, and they must now go down a step. Roang will first clearly notify Mr. Suzuki.
Chị Loan hỗ trợ bác Suzuki đang ngồi trên xe lăn, đi xuống bậc thềm. Chị lên tiếng báo cho bác biết.

ロアン：鈴木さま、段差を下ります。

鈴木：　はい、わかりました。

ロアン：後ろ向きになります。
　　　　後ろにからだが傾きます。

＊　＊　＊

ロアン：ご気分はどうですか。

鈴木：　大丈夫だよ。ありがとう。

ここがポイント！

● 必ず車いすを後ろ向きにします。

● 介助者がからだで車いすを支えながら、後輪（駆動輪）を下ろします。

● ティッピングレバーをふみます。

● 前輪（キャスター）を持ち上げます。

● ゆっくりと後ろに下がります。

● 利用者の足が、段差にぶつからないか、確認します。

● 前輪（キャスター）を静かに下ろします。

- Always be sure to turn your care recipient's wheelchair to have their back facing the decline.
- While supporting the wheelchair with your body, slowly lower the rear main wheels.
- Step on the tipping bar.
- This will raise the front caster wheels.
- Slowly move backward.
- Make sure that your care recipient does not hit their feet on the lower surface.
- Gently lower the front caster wheels.
- Bắt buộc phải hướng xe lăn về phía sau.
- Người hỗ trợ phải giữ xe lăn bằng cơ thể mình, hạ bánh sau xuống.
- Đạp vào thanh cân bằng.
- Nâng bánh trước lên.
- Từ từ hạ xuống phía sau.
- Kiểm tra xem chân của người ngồi trên xe lăn có trúng bậc thềm hay không.
- Nhẹ nhàng hạ bánh trước xuống.

のぼり坂

Going up a hill / Leo dốc

13

ロアンさんは、鈴木さんが乗っている車いすを介助しながら、坂をのぼります。しっかり声かけをします。

Roang is assisting Mr. Suzuki, who is in a wheelchair, and they must now go up a hill. Roang will first clearly notify Mr. Suzuki.

Chị Loan hỗ trợ bác Suzuki đang ngồi trên xe lăn leo lên dốc. Chị lên tiếng báo cho bác biết.

ロアン：鈴木さま、これから坂を
　　　　のぼります。
鈴木：　はい。大丈夫？　重いよ。
ロアン：大丈夫です。

ここがポイント！

- 深く座っているか、確認します。
- 声かけをします。
- 介助者はわきをしめます。
- 歩幅は広くします。
- 前かがみで一歩ずつ進みます。
- ゆっくり押します。

- Make sure your care recipient is seated all the way in the wheelchair.
- Notify them of what you will be doing.
- Keep your elbows in close to their body.
- Widen your stride a little bit.
- Bend forward slightly and move one step at a time.
- Slowly push the wheelchair.
- Xác nhận xem bác đã ngồi sâu trong xe chưa.
- Chị báo cho bác biết mình chuẩn bị di chuyển.
- Người hỗ trợ khép nách lại.
- Mở rộng chân.
- Hơi khom lưng về phía trước, tiến lên từng bước.
- Đẩy từ từ.

くだり坂
Going down a hill / Xuống dốc

🔊 **14**

ロアンさんは、鈴木さんが乗っている車いすを介助しながら、坂を下ります。しっかり声かけをします。

Roang is assisting Mr. Suzuki, who is in a wheelchair, and they must now go down a hill. Roang will first clearly notify Mr. Suzuki.
Chị Loan hỗ trợ bác Suzuki đang ngồi trên xe lăn đi xuống dốc. Chị lên tiếng báo cho bác biết.

ロアン：鈴木さま、今度は坂を下ります。
　　　　しっかりと肘かけ（アームサポート）につかまってください。

鈴木：　はい、大丈夫だよ。

ロアン：からだが後ろ向きになります。

鈴木：　少しこわいけど大丈夫です。

ロアン：ゆっくり下ります。

ここがポイント！

- 深く座っているか、確認します。
- 声かけをします。
- 介助者はわきをしめます。
- 車いすを支えながら坂を下ります。
- ゆっくり後ろに下がります。

・Make sure your care recipient is seated all the way in the wheelchair.
・Notify them of what you will be doing.
・Keep your elbows in close to their body.
・While supporting the wheelchair with your body, slowly descend down the hill.
・Slowly descend while walking backwards.
・Xác nhận xem bác đã ngồi sâu trong xe chưa.
・Chị báo cho bác biết mình chuẩn bị di chuyển.
・Người hỗ trợ khép nách lại.
・Giữ xe lăn đi xuống dốc.
・Từ từ hạ xuống phía sau.

1. 正しいものを選びましょう。

① 車いすを動かすときは、声かけをします。

② 車いすは、少し汚れていても洗わなくていいです。

③ 時間がないので、スピードを出して車いすを押しました。

④ フットサポートに両足がのっていなくても、動かしていいです。

⑤ 車いすのブレーキは片方だけかければいいです。

⑥ くだり坂を下りるときは、後ろ向きで下ります。

2.（　　　）の中に入るものを下から選びましょう。

① 車いすを止めるときは、必ず（　　　）をかけます。

② くだり坂は（　　　）で下ります。

③ 車いすを動かす前は、利用者の（　　　）を確認をします。

④ 車いすのタイヤの（　　　）が少ないと、ブレーキが効きません。

⑤ 車いすを使う前は、（　　　）が必要です。

⑥ 車いすの介助をするときは、ズボンと（　　　）で行うのがいいです。

後ろ向き	点検	運動靴	空気	体調	ブレーキ

こたえ：1.—①、⑥　2.—①ブレーキ、②後ろ向き、③体調、④空気、⑤点検、⑥運動靴

父との思い出

Memories with my father
Kỷ niệm với bố.

わたしの父は介護施設に入っていました。緑がとても多い静かな町の中にありました。わたしは週に1回、仕事が休みの日に父のところへ行きました。あたたかい日には、車いすに父を乗せて、近くの公園に散歩へ行きました。

わたしは父が元気なころ、父とふたりで外出することはありませんでした。父のからだが弱くなり、介護施設にお世話になってから、一緒に散歩するようになりました。いろいろ、むかしの話をするようになりました。父はわたしと出かけると、その日は一日中とてもきげんがいいそうです。

父が亡くなり3年がたちますが、父と出かけた公園の近くを歩くたびに、父の笑顔を思い出します。

My father was in a care facility. It was in a quiet town full of greenery. I would visit my father there once a week, when I had the day off from work. On warm days, I would have him get in a wheelchair, and we would go for a walk in a nearby park.

When my father was in better health, he and I never really went outside together much. After my father became a bit weaker and started living in a care facility, we started going for walks together. We often talked about the past. On days that we went out together, I heard that he was in a good mood for the rest of the day.

It's been three years since he passed away, but whenever I walk around the park that we used to visit together, I remember the sight of him smiling.

Bố của tôi đã vào trung tâm điều dưỡng. Trung tâm điều dưỡng đó nằm trong một khu phố yên tĩnh rất nhiều cây xanh. Tôi đến thăm bố một tuần vào ngày nghỉ. Vào một ngày trời ấm áp, tôi đặt bố lên xe lăn rồi đẩy bố đi dạo ở công viên gần đó.

Lúc bố còn khỏe, hai bố con tôi chưa từng đi ra ngoài với nhau. Khi sức khỏe của bố yếu đi, phải nhờ đến trung tâm điều dưỡng thì hai bố con mới có dịp đi dạo với nhau. Và chúng tôi bắt đầu kể lại những câu chuyện ngày xưa. Bố tôi cứ mỗi khi đi dạo với tôi có vẻ cả ngày hôm đấy sẽ vui khỏe ra.

Bố tôi mất đã 3 năm, nhưng cứ mỗi lần đến gần công viên mà tôi đã đi dạo với bố là tôi lại nhớ lại gương mặt tươi cười của bố.

杖の使い方
つえ つか かた

Using a Cane

Cách sử dụng gậy

杖を上手に使うと、安全に楽に歩けます。
つえ じょうず つか あんぜん らく ある

使い方をまちがえると大きな事故になります。
つか かた おお じこ

歩行を助けるために、使い方を勉強しましょう。
ほ こう たす つか かた べんきょう

Properly using a cane can help make walking easier and more comfortable.

Using it improperly could cause serious accidents. Learn the proper way to use a cane to help make walking easier.

Nếu sử dụng gậy giỏi, thì có thể đi bộ một cách an toàn. Nếu nhầm cách sử dụng thì sẽ gây nên tai nạn lớn.

Hãy cùng học cách sử dụng gậy để hỗ trợ đi bộ dễ dàng hơn.

杖の使い方
How to use a cane / Cách sử dụng gậy

- 足の大転子の高さに、杖のにぎるところがきます。
- 杖を持って少し腕が曲がる長さがいいです。
- 杖の先が減っていると危ないです。
- 健側（健康なほう）の手で持ちます。

- The handle of the cane should come to the height of the care recipient's greater trochanter.
- When holding their cane, the care recipient's arm should bend slightly.
- If the tip of the cane is too worn, it could become a danger to the care recipient.
- The cane should be held on the care recipient's weak side.
- Tay nắm của gậy ở độ cao ngang tầm với đốt chuyển to.
- Chiều dài của gậy khi tay cầm gậy hơi cong lại là tốt.
- Đầu gậy bị mòn đi sẽ nguy hiểm.
- Cầm gậy bằng tay phía còn khỏe.

大転子
Greater trochanter
Đốt chuyển to

杖の先
Tip
Đầu gậy

患側　　　　健側

次の順番で歩きます

Walking should be done in the following order /
Đi bộ theo trình tự như sau.

① 歩行するとき…

杖⇒患側（健康ではないほう）⇒健側

② 階段を上がるとき…杖⇒健側⇒患側

③ 階段を下りるとき…杖⇒患側⇒健側

● 足が出ないときは、声かけをします。

● 介助するときは、患側のほうに立ちます。
手で腰を支えます。

● 階段での介助は一段下から行います。

① When walking—Cane→Weak side
(unhealthy side)→Strong side
② When going up stairs—Cane→Strong
side→Weak side
③ When going down stairs—Cane→Weak
side→Strong side
• If your care recipient is having trouble taking a
step, try talking to them.
• When assisting your care recipient, stand on
their weak side. Use your hand to support their
lower back.
• When going up and down stairs, the caregiver
should stand one step lower than the care
recipient.
① Khi đi bộ—Gậy→phía bị bệnh (phía không
khỏe)→phía khỏe
② Khi leo cầu thang—Gậy→phía khỏe→phía
bị bệnh
③ Khi xuống cầu thang—Gậy→phía bị
bệnh→phía khỏe
• Khi chân không cử động được, phải lên tiếng.
• Khi hỗ trợ, đứng bên phía bị bệnh, dùng tay
đỡ phần lưng của người sử dụng dịch vụ điều
dưỡng.
• Trường hợp hỗ trợ tại cầu thang, phải đứng dưới
một bậc để tiến hành.

コラム　長寿のお祝い　　Celebration of long life / Chúc sống thọ

年齢 Age Tuổi tác	名称 Name Danh xưng	お祝いの色 Celebration Colors Màu sắc của các lễ chúc mừng
60歳	還暦 (かんれき)	赤 (あか)
66歳	緑寿 (ろくじゅ)	緑 (みどり)
70歳	古希 (こき)	紫 (むらさき)
77歳	喜寿 (きじゅ)	紫 (むらさき)
80歳	傘寿 (さんじゅ)	黄 (き)
88歳	米寿 (べいじゅ)	黄 (き)
90歳	卒寿 (そつじゅ)	白 (しろ)

年齢 Age Tuổi tác	名称 Name Danh xưng	お祝いの色 Celebration Colors Màu sắc của các lễ chúc mừng
99歳	白寿 (はくじゅ)	白 (しろ)
100歳	百寿 (ももじゅ)	白 (しろ)
108歳	茶寿 (ちゃじゅ)	—
111歳	皇寿 (こうじゅ)	—
119歳	頑寿 (がんじゅ)	—
120歳	大還暦 (だいかんれき)	—

● 歩行器

車輪つき、車輪なしがあります。

Walker/ Dụng cụ đi bộ

Some walkers have wheels and some do not.
Có loại có bánh xe, có loại không có bánh xe.

● シルバーカー

押しながら、安全に歩けます。荷物を入れるところがあります。疲れたら座れます。

Rollator / Xe đẩy cho người cao tuổi

Rollators allow care recipients to walk safely while pushing them. There is even a place to put their belongings and a seat for them to sit when they get tired.
Có thể vừa đẩy vừa đi rất an toàn. Có chỗ để hành lý. Nếu mệt có thể ngồi.

1. （　　　）の中に入るものを下から選びましょう。

① 歩行するとき、杖は（　　　）で持ちます。

② 階段を上がるときは（　　　）の順番です。

③ 杖で歩行するときは（　　　）の順番です。

④ （　　　）は疲れたら座れます。

⑤ （　　　）は車輪つきと車輪なしがあります。

⑥ 杖の歩行を介助するときは（　　　）に立ちます。

> 杖⇒患側⇒健側　　歩行器　　シルバーカー
>
> 健側　　杖⇒健側⇒患側　　患側

2. 正しいものを選びましょう。

① 杖の先の減りに気をつけます。

② 杖の長さは、どの利用者も同じでいいです。

③ シルバーカーは、荷物を入れるところがあります。

④ からだのバランスが悪い人は歩行器がいいです。

⑤ 杖の長さは大転子より少し短いのがいいです。

こたえ：1．ー①健側、②杖⇒健側⇒患側、③杖⇒患側⇒健側、④シルバーカー、⑤歩行器、⑥患側
　　　　2．ー①、③、④

方言を使ってみたい
ほうげん　つか

I want to try using dialects
Muốn sử dụng thử phương ngữ (tiếng địa phương).

私はベトナムから来ました。日本語もずいぶんわかるようになりました。たくさんの利用者さまと会話をするようになりました。

でも、ほかの利用者さまと少し違うことばを使う人がいます。

利用者さまを介助すると、よく「ありがとう」と言われます。昨日、ふたりの歩行を介助しました。大阪府出身の人は「おおきに」、島根県出身の人は「だんだん」と言いました。先輩職員に、「ありがとう」ということだ、と教えてもらいました。

日本のいろいろな土地で使われていることばで、「方言」というそうです。やさしい方言は覚えて、会話に使えるといいと思いました。

I'm from Vietnam. I have learned quite a bit of Japanese. Now, I have conversations with many of our care recipients.

But, some care recipients use Japanese that is a little different.

When assisting car recipients, many of them say "arigato (thank you)". Yesterday, I assisted two care recipients with walking. One care recipient from Osaka said "ookini" and the care recipient from Shimane said "dandan". I learned from my senior that these mean "thank you".

The different types of Japanese used in different regions are called "hougen (dialect)".I'd like to learn some of the simpler dialects and be able to use them in conversations.

Tôi đến từ Việt Nam. Tôi cũng đã hiểu được nhiều tiếng Nhật. Tôi đã có thể nói chuyện được với nhiều bác trong trung tâm.

Tuy nhiên, có những bác sử dụng tiếng Nhật hơi khác.

Khi tôi hỗ trợ cho các bác, thường hay được các bác nói cám ơn "Arigato". Ngày hôm qua, tôi đã giúp hai bác trong trung tâm đi bộ. Bác có xuất thân từ phủ Osaka đã nói với tôi là "okini", còn bác có xuất thân từ tỉnh Shimane thì lại nói là "dandan". Một nhân viên tiền bối đã chỉ cho tôi rằng những từ đó cũng có nghĩa là "cám ơn".

Những từ ngữ được sử dụng tại các địa phương ở Nhật Bản được gọi là "phương ngữ". Tôi nghĩ rằng là nên nhớ những phương ngữ dễ, sử dụng trong hội thoại sẽ tốt.

更衣介助
こう い かいじょ

Assisted Dressing
Hỗ trợ thay quần áo

衣服の着替えは、毎日の生活にめりはりがつきます。
い ふく　き が　　　　　まいにち　せいかつ

新鮮な気持ちになります。
しんせん　き も

起床、就寝、排泄、外出などで更衣介助があります。
き しょう　しゅうしん　はいせつ　がいしゅつ　　　　こう い かいじょ

Changing clothes helps add balance to people's daily lives. It also helps them feel refreshed.
Assisted dressing can be done when the care recipient is waking up, going to bed, going to the bathroom or outdoors.
Việc thay quần áo sẽ làm cân bằng cuộc sống mỗi ngày. Làm cho con người có cảm giác tươi mới. Hỗ trợ thay quần áo vào lúc ngủ dậy, đi ngủ, vệ sinh bài tiết, đi ra ngoài…

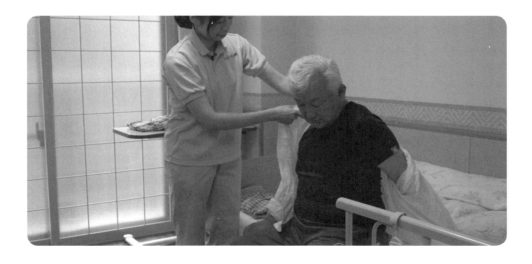

更衣介助の注意点

Things to be careful of during assisted dressing / Điểm lưu ý trong việc hỗ trợ thay quần áo.

● 着替え中は、からだのバランスがくずれます。転倒に気をつけましょう。

● 健康ではないところがある人を介助するときは、必ず患側のほうで介助します。

● 部屋の温度や窓が開いていないか、気をつけます。

- When changing your care recipient's clothes, there is a chance that they may lose their balance. Be careful that they do not fall or injure themselves.
- When helping care recipients who are paralyzed, be sure to dress them while sitting or standing on their paralyzed side.
- Be mindful of the temperature of the room and whether there are any open windows.
- Khi thay đồ, cơ thể sẽ mất thăng bằng. Cần chú ý kẻo bị ngã.
- Với người có chỗ nào đó không khỏe, nhất định phải đứng phía bị bệnh của họ để hỗ trợ.
- Hãy để ý đến nhiệt độ của phòng, và phải kiểm tra xem cửa sổ có mở hay không.

聞いて、話して、覚えよう！

着替えの声かけ

Approaching care recipients to change clothes / Lên tiếng mời các bác thay quần áo.

 15

タオさんが、鈴木さんの部屋で更衣介助の声かけをします。

Tao will approach Mr. Suzuki in his room to assist him with dressing.
Chị Thảo lên tiếng mời bác Suzuki thay quần áo trong phòng của bác.

タオ：鈴木さま、おはようございます。
　　　パジャマを着替えましょう。
　　　さむくないですか。

鈴木：はい、大丈夫です。

タオ：よかったです。どの服にしますか。

鈴木：そこに、娘が買ってきたシャツがあります。

タオ：はい、わかりました。これですね。

鈴木：はい、そうです。

ここがポイント！

- 利用者が選んだ服を着ます。
- 利用者がさむくないか、部屋の温度を確認します。

- The care recipient will wear clothes that they have chosen.
- Check the room temperature to make sure the care recipient does not feel cold.
- Mặc bộ quần áo mà người sử dụng dịch vụ điều dưỡng lựa chọn.
- Kiểm tra lại nhiệt độ của phòng xem người sử dụng dịch vụ điều dưỡng có thấy lạnh hay không.

聞いて、話して、覚えよう！

着替えの手伝い①
Assisting with changing ① / Giúp đỡ thay quần áo ①

◀))16

タオさんが、鈴木さんの上着の更衣介助をします。鈴木さんは、自分で着替えます。前が開くパジャマを脱ぎます。できるところはひとりでします。タオさんは、鈴木さんが自分でできないところを手伝います。

Tao will assist Mr. Suzuki with changing his shirt. Mr. Suzuki will try changing on his own. He will remove his button-up pajamas. He will do as much as he can on his own. Tao will assist with whatever Mr. Suzuki cannot do on his own.
Chị Thảo hỗ trợ thay áo khoác cho bác Suzuki. Bác Suzuki tự mình thay áo. Bác cởi áo Pyjama gài phía trước. Bác tự làm những việc mình có thể tự làm được. Chị Thảo chỉ hỗ trợ những lúc bác Suzuki không tự mình làm được.

タオ：パジャマから脱ぎます。はい、どうぞ。
（鈴木さんが左手でボタンを外す）

タオ：むずかしいですか。
鈴木：ここができない。
タオ：お手伝いします。
　　　手すりにつかまってください。
（タオさんが手伝う。タオさんが声をかける）
タオ：左手で、右側の肩のパジャマを後ろにずらします。
　　　左手で、右側のそでを前にずらします。

タオ：左腕をパジャマからぬきます。

　　　パジャマを背中の後ろに持ってきます。

　　　左手でパジャマをつかんで、右腕をぬきます。

 ここがポイント！

● 健康なほうから脱ぎます。

- Undress starting with the care recipient's unaffected side first.
- Cởi từ phía khỏe trước.

 聞いて、話して、覚えよう！

着替えの手伝い②
Assisting with changing ② / Giúp đỡ thay quần áo ②　◀))17

鈴木さんがひとりで前が開くシャツを着ます。

Mr. Suzuki will put on his unbuttoned shirt on his own.
Bác Suzuki tự một mình mình mặc áo Pyjama đã cởi sẵn phía trước.

タオ：新しいシャツです。どうぞ。

鈴木：ありがとう。

タオ：右腕から着てください。

（鈴木さんが右腕にシャツを通す）

鈴木：手が届かない。

タオ：わかりました。お手伝いします。はい、どうぞ。

（タオさんが左手でシャツをつかむ）

（タオさんが肩までシャツを引き上げ、肩にかける）

（鈴木さんが次に左腕を通す）

タオ：後ろ、直しますね。

（鈴木さんが左腕で前のボタンをとめる）

鈴木：上のほうができない。

タオ：上のボタンをとめます。手すりにつかまってください。
　　　２番目からできますか。

鈴木：ここもできない。

タオ：わかりました。もう一回、手すりにつかまってください。
　　　お手伝いします。どうですか。

鈴木：大丈夫です。ありがとう。

ここがポイント！

● 患側のほうから着ます。

- Dress your care recipient starting with their weak side.
- Mặc từ phía bị bệnh trước.

ひとりで着替えるとき

① 健康ではないほうから腕を通す。
② 肩まで上げる。
③ 首の後ろから健康なほうの手をまわす。
④ 健康なほうの腕を通す。
⑤ 肩まで上げる。

When your care recipient changes their own clothes / Khi thay quần áo một mình

① Put on their tops starting with the arm on their affected side.
② Raise it up to their shoulder.
③ Turn the arm on their unaffected side from behind their neck.
④ Slide the top onto the arm on their unaffected side.
⑤ Raise it up to their shoulder.
① Xỏ tay từ phía không khỏe trước.
② Kéo lên đến tận vai.
③ Xoay tay ở phía khỏe ra đằng sau cổ.
④ Xỏ tay phía khỏe vào.
⑤ Kéo đến tận vai.

着替えの手伝い③

Assisting with changing ③ / Giúp đỡ thay quần áo ③

🔊 18

タオさんが、鈴木さんのズボンの更衣介助をします。鈴木さんは自分で着替えます。タオさんは、鈴木さんが自分でできないところを手伝います。

Tao will assist Mr. Suzuki with changing his pants. Mr. Suzuki will try changing on his own. Tao will assist with whatever Mr. Suzuki cannot do on his own.
Chị Thảo giúp bác Suzuki thay quần. Bác Suzuki tự mình thay quần. Chị Thảo chỉ giúp bác Suzuki khi nào bác không tự làm được.

タオ：しっかり手すりにつかまってください。
　　　ズボンを脱ぎます。

鈴木：はい、お願いします。

タオ：左足から脱ぎます。
　　　腰を上げましょう。失礼します。

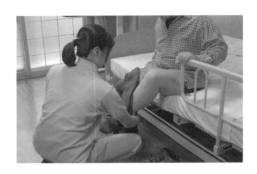

（タオさんが、座っている鈴木さんのズボンを下げる）

タオ：動くほうの足から脱ぎます。

（タオさんが鈴木さんの姿勢がくずれないように手すりをつかんでいるか、確認する）

タオ：少し腰を上げましょう。鈴木さま、次は右足を脱ぎます。
　　　右足からはきます。

（タオさんが鈴木さんの姿勢がくずれないように手すりをつかんでいるか、確認する）

鈴木：はい。

タオ：右足を、左足の上にのせます。上の足にズボンを通せますか。

鈴木：はい。

タオ：右足をゆっくり下ろしてください。

タオ：次に、左足にズボンを通してください。

鈴木：両方通ったよ。

タオ：できるだけ引き上げてください。

鈴木：はい。

タオ：では、手すりをしっかりつかんでください。

鈴木：つかんだよ。

（鈴木さんがゆっくり立つ）

タオ：ズボンを上げます。

　　　ゆっくり座ってください。

　　　変なところはないですか。

鈴木：ないです。ありがとう。

 ここがポイント！

- 「着患脱健（健康ではないほうから着て、健康なほうから脱ぐこと）」が基本です。
- 着替えているときは、姿勢が安定しているか、気をつけます。
- 利用者が立つときは、利用者の患側を支えます。
- 健側の着替えをするときに、転倒が多いので気をつけます。
- できるだけ座ったままでズボンを上げます。
- 立つときは足の先がズボンにかかっていないか気をつけます。

- Generally speaking, dressing from the weak side first, and undressing from the good side first is the standard.
- When changing, care recipients may start to lose their balance, so be careful.
- When your care recipient stands up, be sure to support them from their weak side.
- Care recipients are more likely to fall when dressing their unaffected side, so be careful.
- The care recipient should sit when putting their pants on.
- When your care recipient stands up, make sure that their toes do not get caught on the floor.
- Về cơ bản theo nguyên tắc là "mặc yếu, cởi khỏe" (mặc từ phía không khỏe trước, và cởi từ phía khỏe trước).
- Khi thay quần áo, chú ý xem tư thế có chắc chắn hay chưa.
- Khi người sử dụng dịch vụ điều dưỡng đứng, thì người hỗ trợ phải đỡ bên phía không khỏe của các bác.
- Lưu ý khi thay quần áo bên phía khỏe, các bác thường hay bị ngã.
- Trong phạm vi có thể được, nên để các bác ngồi và kéo quần lên.
- Khi đứng lưu ý xem đầu ngón chân có vướng vào quần hay không.

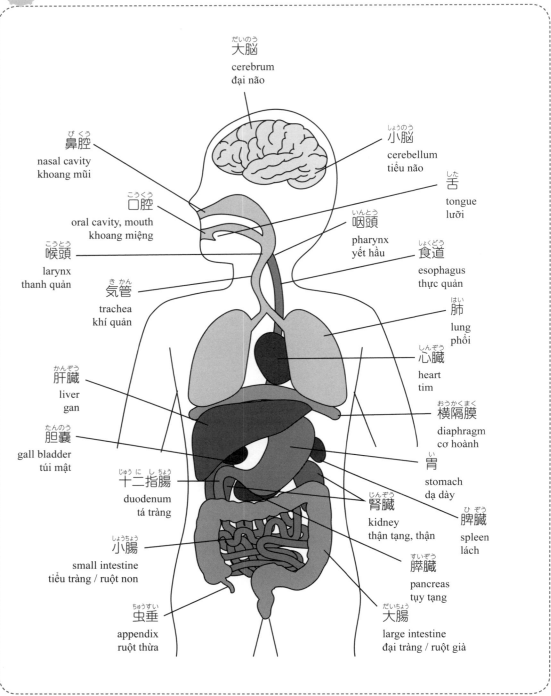

大脳（だいのう）
cerebrum
đại não

小脳（しょうのう）
cerebellum
tiểu não

鼻腔（びくう）
nasal cavity
khoang mũi

舌（した）
tongue
lưỡi

口腔（こうくう）
oral cavity, mouth
khoang miệng

咽頭（いんとう）
pharynx
yết hầu

喉頭（こうとう）
larynx
thanh quản

食道（しょくどう）
esophagus
thực quản

気管（きかん）
trachea
khí quản

肺（はい）
lung
phổi

心臓（しんぞう）
heart
tim

肝臓（かんぞう）
liver
gan

横隔膜（おうかくまく）
diaphragm
cơ hoành

胆嚢（たんのう）
gall bladder
túi mật

胃（い）
stomach
dạ dày

十二指腸（じゅうにしちょう）
duodenum
tá tràng

腎臓（じんぞう）
kidney
thận tạng, thận

脾臓（ひぞう）
spleen
lách

小腸（しょうちょう）
small intestine
tiểu tràng / ruột non

膵臓（すいぞう）
pancreas
tụy tạng

虫垂（ちゅうすい）
appendix
ruột thừa

大腸（だいちょう）
large intestine
đại tràng / ruột già

1.（　　　）の中に入るものを下から選びましょう。

① 着替えるときは、さむくないように部屋の（　　　）に気をつけます。

② 利用者に（　　　）をして着替えてもらいました。

③ 服は、利用者の（　　　）服を着てもらいます。

④ 服を脱ぐときは（　　　）から脱ぎます。

⑤ 着替えるときは、（　　　）がくずれるので気をつけます。

⑥ 更衣介助をするときは、（　　　）のほうに立ちます。

温度	声かけ	好きな	健側	姿勢	患側

2．正しいものを選びましょう。

① 自分で着替える人は、見守りはしません。

② 夜、寝るときも、昼間と同じ服でいいです。

③ 服は患側のほうから着ます。

④ 着替えるときは、着健脱患が正しいです。

⑤ ズボンは足の先やかかとに、かからないようにします。

こたえ：1.ー①温度、②声かけ、③好きな、④健側、⑤姿勢、⑥患側　2.ー③、⑤

利用者さまの若いころ
りょうしゃ　　　　　わか

When a care recipient was young
Lúc người sử dụng dịch vụ điều dưỡng còn trẻ

先日、90歳になる利用者さまと、居室で話をしました。「むかしの写真を見せてあげる」と言われて、アルバムを見ました。そこには、セーラー服を着た美しい女子学生の姿がありました。「わたしはお孫さんですか」と言ってしまいました。「違うわ、わたしよ」と言われて、わたしはびっくりしました。利用者さまは、いつもとてもやさしくて、上品だなと思っていましたが…。よく顔を見ると、むかしと似ています。

とても幸せな人生を送られてきた人なんだと思いました。

The other day, I was talking with a 90-year-old care recipient in her room. She said she would show me a picture of when she was younger and let me see a photo album of hers. In the picture, there was a pretty young girl in a school girl's sailor uniform. I asked if it was her grandchild. "No, it's me", she said to my surprise. I always thought she was very gentle and refined. Looking closely at her, she looked very similar to the picture she had shown me.

It made me think that she had lived a very happy life.

Hôm trước, tôi đã nói chuyện với một cụ bà đã 90 tuổi trong phòng của cụ. Tôi được cụ nói là "Để bà cho cháu xem hình ngày xưa.", và tôi đã xem album của cụ. Trong đó, có bóng dáng của một cô nữ sinh xinh đẹp trong trang phục hải quân. Tôi đã hỏi cụ: "Cháu của cụ à?". "Không phải, là cụ đó." , khi nghe cụ nói thế, tôi rất ngạc nhiên. Tôi cứ nghĩ các bác sử dụng dịch vụ điều dưỡng, bác nào cũng dịu dàng, tao nhã..... Khi nhìn kỹ thì cũng có nét giống ngày xưa.

Tôi nghĩ cụ đã sống một cuộc sống thật là hạnh phúc.

第13章

しょくじかいじょ
食事介助

Assisted Feeding

Hỗ trợ ăn uống

利用者にとって、食事は大きな楽しみです。
食事をおいしく食べてもらえるように介助しましょう。

Care recipients look forward to eating their meals.
Make sure to assist them so they are able to fully enjoy eating them.
Đối với những người sử dụng dịch vụ điều dưỡng thì việc ăn uống là niềm vui rất lớn.
Hãy hỗ trợ để các bác ăn ngon miệng nhé.

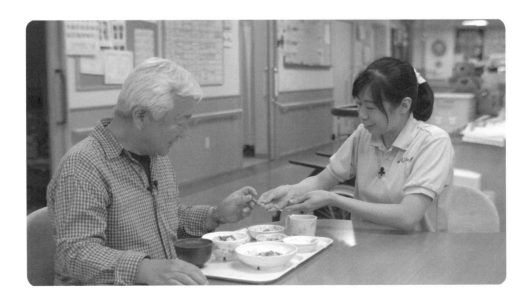

食事介助の注意点
Things to be careful of during assisted feeding / Những điểm lưu ý khi hỗ trợ ăn uống

● 食堂は、静かな音楽を流すなど、落ちついた環境をつくることが大事です。

● できるだけ自分で食べてもらいます。

● 食べる速さや量に注意します。誤嚥（まちがって気管に入ってしまうこと）や誤飲で大きな事故になることがあります。

● 利用者が、食べたい物の希望を聞きながら介助します。

- In the dining area, it is important to create a relaxing environment by doing things such as playing quiet music.
- Try to let the care recipient eat on their own as much as possible.
- Be mindful of how much and how fast they eat. Be careful they do not choke or accidentally ingest anything dangerous, as these can lead to serious complications.
- While assisting them, ask what kinds of food they would like to eat.
- Tại nhà ăn việc tạo ra một môi trường yên tĩnh như mở nhạc êm dịu là vấn đề rất quan trọng.
- Trong phạm vi có thể, nên để cho các bác tự ăn.
- Chú ý đến tốc độ ăn và lượng thức ăn. Thức ăn đi vào phổi hay ăn nhầm có khi dẫn đến tai nạn lớn.
- Sau khi hỏi người sử dụng dịch vụ điều dưỡng các món họ muốn ăn rồi hãy hỗ trợ.

基本的な食事介助の方法

● 介助者は、横に座り介助します。

● 目線を同じにします。

● 始めに水分（お茶やみそ汁など）をとってもらいます。口の中をぬらします。食べやすくなります。

● 1回に食べる量は、スプーンの半分ぐらいです。

● スプーンやはしは、下側から口へ運びます。

● 食べているときに、あごが上がらないように気をつけます。

● 飲み込んだのを確認してから、次の一口を食べます。口の中に食べ物が残っていないか、確認します。

Basic assisted feeding methods / Phương pháp hỗ trợ ăn uống cơ bản

- The caregiver should sit to the side of the care recipient.
- Keep your eye line on the same level as the care recipient's.
- First, start by feeding them fluids (tea or miso soup). Doing so will moisten the inside of their mouth. This will make it easier to eat.
- Eat bite of food should be about half a spoonful.
- Bring the eating utensil to their mouth from below.
- When eating, be careful that their chin does not go up.
- Make sure they have swallowed completely before feeding them the next bite. Check to see that there is no more food in their mouth.
- Người hỗ trợ ngồi bên cạnh người được hỗ trợ để trợ giúp.
- Tầm mắt ngang với tầm mắt của người được hỗ trợ.
- Trước hết là cho người cần hỗ trợ uống (nước hoặc súp miso.) Làm ướt miệng sẽ dễ nuốt thức ăn hơn. Sẽ dễ ăn.
- Lượng ăn của một lần cho vào miệng là khoảng nửa thìa.
- Khi ăn bằng thìa, hay đũa phải theo hướng từ dưới lên.
- Khi ăn, chú ý đừng để cằm ngẩng cao.
- Kiểm tra xem người cần hỗ trợ đã nuốt hay chưa rồi mới đút thìa kế tiếp. Phải kiểm tra xem trong miệng có còn thức ăn hay không.

食事の姿勢に気をつける

● 肘かけ付きのいすに座ります。

● しっかり足が床についているか確認します。

● 食事をするとき、自然に前かがみになるようにします。姿勢がくずれると誤嚥の原因になります。事故になることがあります。

Be mindful of the care recipient's posture when eating. / Chú ý đến tư thế khi dùng bữa.

- Allow them to sit in a chair with armrests.
- Make sure that their feet are firmly on the ground.
- When eating, it is natural for them to slouch forward a bit. Poor posture may lead to the care recipient choking. It could also lead to other accidents.
- Để các bác ngồi trên ghế có tay dựa để tựa khủy tay.
- Xác nhận lại xem chân có chạm sàn nhà một cách chắc chắn hay không.
- Khi ăn, tự nhiên sẽ hơi đổ người về phía trước. Nếu ngồi sai tư thế, sẽ là nguyên nhân dẫn đến việc thức ăn sẽ chạy vào khí quản. Có trường hợp xảy ra tai nạn.

コラム ▶ 食事の並べ方　　　How to Arrange Food for Meals / Cách bày món ăn

副菜（煮物）
side dish (cooked dish)
Món phụ (món hầm)

主菜（刺身や肉）
main dish (sashimi, or meat)
Món chính (sashimi hay thịt)

漬け物
pickled vegetables
Dưa muối

ご飯
rice
Cơm

みそ汁
miso soup
Canh Miso

・はしやスプーンなどは、持つところを持つ手のほうに置きます。

- Chopsticks, spoons and other utensils should be placed on the side of the hand the care recipient will used to eat.
- Đặt chỗ cầm nắm đũa hoặc thìa ở bên phía tay thuận của các bác.

聞いて、話して、覚えよう！

利用者を食堂へ案内
Guiding Care Recipients to the Dining Area / Hướng dẫn người sử dụng dịch vụ điều dưỡng xuống nhà ăn

◀)) 19

タオさんが、鈴木さんを食堂で席に案内します。座ってもらったら、鈴木さんの姿勢を見ます。

Tao guides Mr. Suzuki to his seat in the dining area. Once Mr. Suzuki sits, Tao looks at his posture.
Chị Thảo hướng dẫn cho bác Suzuki chỗ ngồi trong nhà ăn. Khi ngồi hỗ trợ bác, chị xem tư thế của bác.

タオ：鈴木さま、こちらにお座りください。ゆっくり座ってください。

鈴木：ありがとう。

タオ：鈴木さま、体調はどうですか。

鈴木：とてもいいよ。

タオ：よかったです。
　　　お食事をお持ちします。

ここがポイント！

● 姿勢を見ます。（前かがみになっていないか、足が床についているか、深く座っているか、など）

- Look at their posture. (Make sure that they are not slouching, and that their feet are flat on the floor and how far in the chair they are sitting)
- Xem tư thế ngồi. (kiểm tra xem tư thế có đổ người về phía trước hay không, chân có chạm sàn chưa, đã ngồi sâu vào bên trong hay chưa.)

利用者へメニューの説明
Guiding Care Recipients to the Dining Area / Giải thích thực đơn cho người sử dụng dịch vụ điều dưỡng.

 ◀)) 20

タオさんが、鈴木さんにメニューの説明をします。鈴木さんは自分で食べます。タオさんは、鈴木さんにゆっくり食べるように声かけをします。タオさんは鈴木さんが疲れるまで手伝いません。見守りだけをします。

Tao explains the menu to Mr. Suzuki. Mr. Suzuki self-feeds himself. Tao tells Mr. Suzuki to eat slowly. Tao will not assist Mr. Suzuki until he is tired of feeding himself. Tao is watching over him.
Chị Thảo giải thích thực đơn cho bác Suzuki. Bác Suzuki tự ăn bằng chính khả năng của mình. Chị Thảo lên tiếng nhắc bác ăn thong thả. Chị Thảo không giúp bác Suzuki cho đến khi bác mệt. Chị chỉ quan sát bác mà thôi.

タオ：おしぼり、どうぞ。
（鈴木さんがおしぼりで手をふく）
タオ：今日のメニューは、茶飯、おでん、れんこんのサラダ、もやしときゅうりのゆかりあえ、みそ汁。くだものはりんごです。おいしそうですね。途中で疲れたらお手伝いします。
鈴木：ありがとう。
タオ：最初はお茶にしますか。みそ汁にしますか。
鈴木：お茶にします。
タオ：ゆっくり食べてください。

ここがポイント！

● 利用者にメニューを説明します。

● 誤嚥・誤飲に注意しましょう。

● 食事介助をするときは、患側のほうに座って介助をします。

・Explain the menu to the care recipient.
・Be careful they do not choke or accidentally ingest anything dangerous.
・We assisting a care recipient with eat, be sure to sit on their affected side.
・Giải thích thực đơn cho các bác.
・Chú ý đừng để ăn nhầm, đừng để thức ăn vào phổi.
・Khi hỗ trợ ăn uống, hãy ngồi bên phía bị bệnh của người sử dụng dịch vụ điều dưỡng để hỗ trợ.

第13章 食事介助

クロックポジション

Clock position / Vị trí theo mặt đồng hồ

◀)) 21

目が不自由な平井さんの食事介助をします。食事が置いてある方向を、時計の時刻で教えます。

Tao will be assisting Mrs. Hirai, who is visually impaired, with eating. She will explain where her care recipient's food is using clock positions.
Hỗ trợ ăn uống cho bác Hirai, người bị khiếm thị. Chỉ cho bác hướng đặt vị trí các món ăn theo giờ trên đồng hồ.

タオ：平井さま、今日のお昼ごはんは、茶飯とおでんとれんこんのサラダ、みそ汁。くだものはりんごです。どれから食べますか。

平井：茶飯が食べたいです。

タオ：茶飯は7時の方向にあります。…どうですか。

平井：おいしいです。みそ汁はどこにありますか。

タオ：みそ汁は5時の方向にあります。

平井：おでんはどこですか。

タオ：おでんは12時の方向にあります。

ここがポイント！

● クロックポジションは、目が不自由な人にどこに何があるか、教える方法です。

12時
9時
3時
6時

• Clock positions are a way to describe the location of things to care recipients who are visually impaired.
• Phương pháp hướng dẫn thông tin vị trí đối với những người khiếm thị đó là phương pháp chỉ cho họ ở đâu đó có gì.

● 直接手で触れてもらうときには、やけどに注意します。

• Be careful not to burn yourself when touching things directly.
• Chú ý coi chừng bị phỏng khi để những người khiếm thị sờ trực tiếp bằng tay vào đồ ăn.

ただ
正しいものを選びましょう。

① 食事は、介護職にすべて介助してもらったほうがおいしいです。

② 日本の食事の並べ方は左がみそ汁、右側がご飯です。

③ 食事の介助をする前には正しい姿勢か確認します。

④ 誤嚥や誤飲は大きな事故になることがあります。

⑤ 食事介助するときは立って介助します。

⑥ 時間がないので、いそいで食べてもらいます。

⑦ 食事はスプーンにたくさんのせます。

⑧ 自分で食べているので、見守りはしなくていいです。

こたえ：③、④

食べ物の話
たべものはなし
Talking about food
Câu chuyện về thức ăn

わたしは施設の調理担当です。施設の食事は4回あります。朝・昼・晩とおやつです。

食事は普通の食事のほか、きざみ食、ミキサー食があります。利用者さまの食べる力によって、形をかえて用意します。きざみ食はおそばでも、細かく切ってあります。ミキサー食は、ミキサー器でムース状にします。どのような食事であっても、少しでもおいしく食べられるように、いろいろ工夫します。

「おいしかったよ」と言っていただけると、本当にうれしいです。来月のメニューも、一生懸命考えたいと思います。

I am in charge of a nursing home. The home serves four meals a day. We serve breakfast, lunch, dinner and snack time.

In addition to normal meals, we also have minced and pureed meals. We offer different types of meals depending on our care recipients' ability to eat. We even have soba noodle meals that are cut into smaller portions. Pureed meals have food that has been put into a blender to make them into a paste. We make preparations to allow our care recipients to enjoy any meal they like.

It makes me really happy when they tell me how much they enjoyed their meal. I'm going to work hard to prepare next month's menu.

Tôi là người nấu ăn trong trung tâm điều dưỡng. Bữa ăn trong trung tâm được chia làm bốn bữa một ngày. Ăn sáng, ăn trưa, ăn tối và ăn xế.

Thức ăn thì ngoài các món ăn thông thường ra còn có thức ăn thái nhỏ và thức ăn xay nhuyễn. Tùy thuộc vào khả năng ăn của các bác ở trung tâm, chúng tôi sẽ chuẩn bị theo từng kiểu thức ăn khác nhau. Với các thức ăn thái nhỏ thì ngay cả mì Soba, chúng tôi cũng cắt nhỏ ra. Thức ăn xay nhuyễn thì chúng để chế độ Mousse (nhuyễn bọt) của máy xay. Cho dù là thức ăn nào đi nữa, chúng tôi cũng làm rất công phu để làm sao cho các món ngon hơn.

Chỉ cần được các bác khen "Ngon quá!" là chúng tôi đã thực sự vui mừng rồi. Tôi sẽ cố gắng suy nghĩ để lên thực đơn cho tháng tới.

はいせつかいじょ
排泄介助

Toileting Assistance
Hỗ trợ đi vệ sinh

はいせつ　　　　　　てつだ　　　　　おお　　しごと
排泄は、お手伝いが多い仕事です。
　　　　じゅうよう　　　　はいせつかいじょ　　いっしょ　　　みまも　　たいいへんかん
たいへん重要です。排泄介助と一緒に、見守り、体位変換、
いじょうかいじょ　　こういかいじょ
移乗介助、更衣介助などがあります。

Assisting care recipients with going to the bathroom can be a lot of work. It is a very important task. Along with toileting assistance, watching over, position changing and mobility assistance and assisted dressing are all part of a caretaker's job.

Vệ sinh là công việc cần được hỗ trợ nhiều. Là điều rất quan trọng. Cùng với việc hỗ trợ đi vệ sinh còn có những công việc khác cần hỗ trợ như theo dõi, thay đổi tư thế, di chuyển, hỗ trợ thay quần áo.

排泄介助に必要なもの
Things needed for toileting assistance / Những vật dụng cần thiết trong việc hỗ trợ đi vệ sinh.

● **ディスポーザブル手袋**
disposable gloves / Găng tay sử dụng một lần rồi vứt

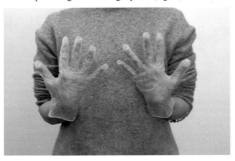

● **紙おむつ**
disposable diaper / Tã giấy

● **陰部洗浄ボトル**
genital cleaning bottle / Chai dùng để rửa phần hạ bộ

● **リハビリパンツ**
adult diaper / Bỉm dành riêng cho người lớn tuổi hoặc người đang trị liệu

● **尿取りパッド**
urine absorption pad / Miếng lót thấm nước tiểu

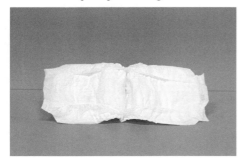

トイレ介助の声かけ

Approaching care recipients to assist with toileting / Lên tiếng hỗ trợ đi vệ sinh

🔊22

お昼ごはんの時間になりました。鈴木さんが
お昼ごはんに行く前に、トイレに行きません
かと声かけをします。

It is now lunch time. Before going to lunch, Tao asks Mr. Suzuki if he wants to go to the bathroom first.
Đến giờ cơm trưa, ta hãy cùng hỏi thăm bác Suzuki trước khi đi ăn cơm có cần đi vệ sinh hay không?

タオ：鈴木さま、お昼ごはんです。
　　　その前にトイレに一緒に
　　　行きましょう。
鈴木：いいえ、行きません。大丈夫です。
タオ：わかりました。

ここがポイント！

- 本当に大丈夫か、利用者の気持ちを考えます。「悲しい」「なさけない」「みじめ」と思っています。
- どうしたら利用者の気持ちがわかるか、いろいろ考えて声かけをしましょう。

- Consider the feelings of your care recipient. They could actually be feeling sad, shameful or unhappy.
- Think about how you can better understand your care recipient's feelings when approaching them.
- Chúng ta cần phải suy nghĩ đến tâm trạng của các bác sử dụng dịch vụ điều dưỡng có thật sự là như vậy không? Các bác đang suy nghĩ bản thân mình thật là "buồn tủi", "tội nghiệp","đáng thương".
- Chúng ta cần phải suy nghĩ bằng cách nào để hiểu được tâm trạng của các bác sử dụng dịch vụ điều dưỡng rồi lên tiếng mời các bác làm.

第14章　排泄介助

「トイレに行きたくないです」
と利用者が言っても…
「本当は行きたいです」
「でも、トイレはひとりで行けるからいいです」
「でも、恥ずかしいから言えません」
「でも、ほかの人に言われて、トイレには行きたくないです」
と思っているかもしれません。

Even when the care recipient says, "I don't want to go to the bathroom"... They may be thinking,
"Actually, I want to go."
"But I wish I could go to the bathroom on my own."
"But I'm too embarrassed to speak up."
"But I don't want to be told by someone else to go to the bathroom."
I do not want to go to the bathroom.
Cho dù các bác sử dụng dịch vụ điều dưỡng nói rằng là "Tôi không muốn đi vệ sinh", thế nhưng mà cũng có thể là các bác đang nghĩ là:
"Thực ra là tôi muốn đi lắm."
"Thế nhưng, tôi có thể đi một mình được, nên không sao đâu."
"Thế nhưng, vì xấu hổ nên tôi không thể nói được."
"Thế nhưng, khi bị người khác nói, nên tôi không muốn đi nữa."

聞いて、話して、覚えよう！

トイレ介助の声かけの例 ◀))23

Example of approaching care recipients to assist with toileting / Ví dụ về việc lên tiếng hỗ trợ đi vệ sinh

①タオ：トイレの時間です。
　　　鈴木さま、ひとりで行きますか。わたしが一緒に行きますよ。
　鈴木：じゃ、お願いします。

②タオ：トイレの時間です。トイレまで一緒に行きます。
　　　トイレの外で待っています。
　鈴木：じゃ、お願いします。

③タオ：もうすぐお食事です。
　　　みなさんにトイレに行くように声をかけています。
　　　鈴木さまも行きませんか。
　鈴木：じゃ、行こうか。

④タオ：今、トイレが空いています。行きませんか。
　鈴木：じゃ、お願いします。

聞いて、話して、覚えよう！

おむつ交換の声かけ

Approaching care recipients to change their diapers / Lên tiếng mời thay tã

◀)) 24

タオさんが、鈴木さんのおむつ交換をします。
声かけをして、おむつ交換をします。

Tao will change Mr. Suzuki's diaper. She will approach him and then change his diaper.
Chị Thảo thay tã cho bác Suzuki, chị lên tiếng để gợi ý thay tã cho bác.

タオ：鈴木さま、おむつを交換します。からだにさわります。いいですか。

鈴木：お願いします。

タオ：ベッドの高さを上げますね。大丈夫ですか。さむくないですか。

鈴木：大丈夫です。

タオ：よかったです。ズボン、下げますね。

（おむつ交換をする）

タオ：向こうを向いてもらっていいですか。せーの。はい、
　　　今度はこちらに向きます。お手伝いします。せーの。
　　　大丈夫ですか。ありがとうございます。戻っていいです。
　　　はい、もう一回向こうを向いてもらっていいですか。せーの。
　　　お尻をふきます。

鈴木：いつもすみません。

タオ：いいえ。戻ります。大丈夫ですか。
　　　もう一回こちらを向いてください。お手伝いします。
　　　大丈夫ですか。戻ります。さむくないですか。

鈴木：大丈夫です。

タオ：ズボンを上げますね。向こうを向いてもらっていいですか。せーの。
　　　はい、戻ります。はい、最後、こちらを向きます。せーの。
　　　気持ちが悪いところ、ありませんか。

鈴木：大丈夫です。

タオ：終わりです。どうですか。大丈夫ですか。

鈴木：大丈夫。ありがとうございました。

タオ：ふとんをかけます。ベッドを下げます。

　　　気持ちが悪いところ、ありませんか。

鈴木：大丈夫です。ありがとう。

タオ：失礼します。

 ここがポイント！

- 利用者が、できるだけ自分で排泄ができるように考えます。
- おむつのときは、利用者の「恥ずかしい」という気持ちを理解します。
- 安心して頼めるような信頼関係をつくります。
- 清潔が大切です。排泄介助のときは、かならずディスポーザブル手袋（使いすて手袋）をします。

- Care recipients generally want to try going to the bathroom on their own.
- When changing care recipients' diapers, bear in mind that they may be feeling embarrassed.
- Create a relationship of mutual trust to help your care recipient feel more at ease.
- Cleanliness is very important. When assisting with toileting, be sure to wear disposable gloves.
- Người sử dụng dịch vụ điều dưỡng thường suy nghĩ rằng muốn tự mình đi vệ sinh trong phạm vi có thể.
- Khi thay tã, chúng ta phải hiểu được tâm trạng "xấu hổ" của người sử dụng dịch vụ điều dưỡng.
- Chúng ta phải tạo ra một mối quan hệ tin tưởng để người sử dụng dịch vụ điều dưỡng có thể an tâm nhờ bạn giúp đỡ.
- Sự sạch sẽ là rất quan trọng. Khi hỗ trợ đi vệ sinh, bắt buộc phải sử dụng găng tay sử dụng một lần.

コラム **おむつ交換のポイント**

Points for diaper changing /
Những điểm cần lưu ý khi thay tã.

- おむつのテープの端は折ります。
- おむつを止める上のテープは下向き、下のテープは上向きに止めます。
- おむつのギャザーを立てます。

- Pull the tab of the tape on the back of the diaper.
- Tape that faces down fastens downward, and tape that faces up fastens downward.
- Lift the diapers' leak guards.
- Phần mép băng dính của tã giấy thì gập lại.
- Phần băng dính phía trên để dán tã lại thì hướng xuống dưới, băng dính phía dưới thì hướng lên trên để dính lại.
- Dựng rãnh chống tràn hai bên tã lên.

1. 正しいものを選びましょう。

① トイレにさそいましたが、「行かない」と言う利用者がいました。「そうですか」とトイレには連れて行きませんでした。

② おむつ交換のとき、利用者の趣味の話をして、恥ずかしい気持ちをなくしました。

③ 「トイレに入らないで」と言う利用者に「危ないから入ります」と言って、トイレに一緒に入りました。

④ 自分で下着を下ろせる利用者には、自分でするように言いました。

⑤ いそがしいので、ディスポーザブル手袋をしないで排泄介助をしました。

2. 正しいものを選びましょう。
① 排泄のときは、全部介護職が手伝います。
② 利用者が寝るときは、みんなおむつにします。
③ いそがしいので、おむつ交換の回数を減らしました。
④ おむつ交換の前に、必要なものは全部用意します。
⑤ 排泄介助のときは、利用者の「恥ずかしい」という気持ちを理解します。
⑥ 排泄介助のときは、声かけをいろいろ考えます。

こたえ：1.─②、④　2.─④、⑤、⑥

順位 Order vị trí trật tự	名字 Surname Họ	読み方 How to read Cách đọc	順位 Order vị trí trật tự	名字 Surname Họ	読み方 How to read Cách đọc
1	佐藤	さとう	26	石川	いしかわ
2	鈴木	すずき	27	山下	やました
3	高橋	たかはし	28	中島	なかじま
4	田中	たなか	29	石井	いしい
5	伊藤	いとう	30	小川	おがわ
6	渡辺	わたなべ	31	前田	まえだ
7	山本	やまもと	32	岡田	おかだ
8	中村	なかむら	33	長谷川	はせがわ
9	小林	こばやし	34	藤田	ふじた
10	加藤	かとう	35	後藤	ごとう
11	吉田	よしだ	36	近藤	こんどう
12	山田	やまだ	37	村上	むらかみ
13	佐々木	ささき	38	遠藤	えんどう
14	山口	やまぐち	39	青木	あおき
15	松本	まつもと	40	坂本	さかもと
16	井上	いのうえ	41	斉藤	さいとう
17	木村	きむら	42	福田	ふくだ
18	林	はやし	43	太田	おおた
19	斎藤	さいとう	44	西村	にしむら
20	清水	しみず	45	藤井	ふじい
21	山崎	やまざき	46	岡本	おかもと
22	森	もり	47	藤原	ふじわら
23	池田	いけだ	48	金子	かねこ
24	橋本	はしもと	49	三浦	みうら
25	阿部	あべ	50	中野	なかの

第15章

だい しょう

にゅうよくかいじょ
入浴介助

Bathing Assistance
Hỗ trợ tắm bồn

にゅうよく には、いろいろな効果があります。
利用者が毎日健康な生活をするために、
しっかりお手伝いしましょう。

There are many effects of bathing assistance.
Be sure to help care recipients thoroughly to help them maintain a healthy lifestyle everyday.
Tắm bồn sẽ có rất nhiều công hiệu. Để cho những người sử dụng dịch vụ điều dưỡng có được cuộc sống khỏe mạnh mỗi ngày, chúng ta cần phải hỗ trợ họ một cách chắc chắn.

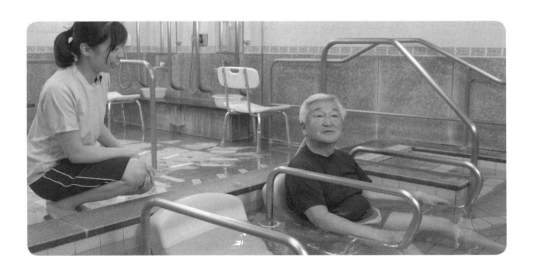

入浴の効果

Effects of bathing / Công dụng của việc tắm bồn

- 病気を予防します。
- 気持ちがリラックスします。
- 内臓の働きをよくします。
- からだが清潔になります。

- Preventing illness
- Relaxing for care recipients
- Improves internal organ function
- Cleans the body.
- Phòng ngừa bệnh.
- Thư giãn
- Kích thích cho các cơ quan nội tạng làm việc tốt hơn.
- Cơ thể trở nên sạch sẽ.

コラム → 入浴の前に用意するもの

Things to prepare before bathing / Những việc phải chuẩn bị trước khi vào tắm bồn

① 服を着替える場合は、下着、新しい服とくつ下

② バスタオル、入浴用タオル、ドライヤー

③ 利用者が好きなボディシャンプー、シャンプーやリンス

① Underwear, fresh cloths and socks, if you will be changing your care recipient's clothes
② Bath towel, wash cloth and hair dryer
③ Your care recipient's preferred body soap, shampoo and rinse
① Trong trường hợp thay quần áo thì phải chuẩn bị đồ lót, quần áo mới, và tất.
② Khăn tắm, khăn lau sử dụng trong bồn, máy sấy tóc
③ Xà phòng tắm, dầu gội đầu, dầu xả mà người sử dụng dịch vụ điều dưỡng yêu thích.

 聞いて、話して、覚えよう！

入浴の声かけ① （悪い例）

Approaching care recipients for bathing ① (bad example) / Lên tiếng mời tắm bồn ① (ví dụ xấu)

 25

タオさんが鈴木さんをお風呂に誘います。悪い例です。鈴木さんを誘ったら断られて、タオさんはあきらめてしまいます。

Tao will invite Mr. Suzuki to take a bath. This is a bad example. Mr. Suzuki refuses Tao's invitation to take a bath, and Tao gives up.
Chị Thảo mời bác Suzuki tắm bồn. Đây là ví dụ về các mời không tốt. Khi mời bác Suzuki tắm, bị bác từ chối, và chị cũng từ bỏ luôn ý định.

タオ：鈴木さま、お風呂に行きましょう。

鈴木：今日は行きたくない。

タオ：わかりました。

ここがポイント！

● 話し方を変えて、誘いましょう。

- Try approaching the care recipient a different way.
- Hãy thay đổi cách nói để mời bác đi tắm.

聞いて、話して、覚えよう！

入浴の声かけ② （いい例）　◀️26

Approaching care recipients for bathing ② (good example) / Lên tiếng mời tắm bồn ② (ví dụ tốt)

タオさんが鈴木さんをお風呂に誘います。いい例の誘い方で声かけをします。

Tao will invite Mr. Suzuki to take a bath. This is a good example of how to approach care recipients.
Chị Thảo mời bác Suzuki tắm bồn. Chị lên tiếng mời bác bằng cách mời rất khéo.

タオ：鈴木さま、お風呂に行きましょう。
　　　先週はかぜで入れませんでした。
　　　からだがつめたいでしょう。

鈴木：そうだね。手と足がつめたい。

タオ：お風呂はからだがあたたまります。
　　　よく眠れます。

鈴木：でも、さむいし、めんどうだから行かないよ。

タオ：鈴木さま、脱衣所をあたためてあります。
　　　お風呂は気持ちいいですよ。

鈴木：そうか。じゃ、入ろう。

タオ：はい。

第15章　入浴介助

入浴するときの更衣介助
Assisted dressing when bathing / Hỗ trợ thay quần áo khi tắm bồn

🔊27

脱衣所に来ました。タオさんが鈴木さんにさむくないか、声かけをします。

Tao and Mr. Suzuki are now in the changing room. Tao asks Mr. Suzuki if he is cold.
Đến phòng cởi quần áo. Chị Thảo lên tiếng hỏi bác Suzuki xem bác có lạnh không.

タオ：鈴木さま、さむくないですか。

鈴木：さむくないよ。

タオ：鈴木さま、このいすに座って
　　　ください。
　　　ゆっくり服を脱いでください。

鈴木：ありがとう。

ここがポイント！

● 入浴の前にはバイタル＊チェックをします。

　＊バイタル…血圧・体温・脈拍・SpO2
　　（経皮的動脈血酸素飽和度）・呼吸・
　　意識・顔色など

● 入浴は、危険があることを意識します。
　脱衣所、浴室、湯ぶねのお湯の温度を
　必ず確認します。

● 利用者のすぐ近くで、見守りをします。

● 服を脱ぐときは、いすに座ります。

• Check your care recipient's vitals before bathing.
Vitals: This includes things like blood pressure, body temperature, peripheral capillary oxygen saturation (SpO2), breathing, awareness and pallor.
• Be aware that bathing can be dangerous. Be sure to check the temperature of the changing room, the bathing room and the bath water.
• Stay close to your care recipient and watch over them.
• When undressing, have your care recipient sit in a chair.
• Trước khi vào tắm bồn cần phải kiểm tra các dấu hiệu sinh tồn
Sinh tồn: Huyết áp · nhiệt độ cơ thể · mạch · SPO2(độ bão hòa oxy trong máu ngoại vi) · hô hấp · ý thức · sắc mặt...
• Cần phải ý thức rằng tắm bồn cũng có một số nguy hiểm. Cần phải kiểm tra phòng cởi đồ, phòng tắm, nhiệt độ của nước nóng trong bồn.
• Phải đứng gần người sử dụng dịch vụ điều dưỡng để quan sát.
• Khi cởi quần áo, ngồi trên ghế.

浴室での介助①

Assistance in the bathroom ① / Hỗ trợ tại bồn tắm ①

◀》28

タオさんが、鈴木さんを脱衣所から浴室に案内します。タオさんは鈴木さんの右側に立ってゆっくり歩きます。

Tao will guide Mr. Suzuki from the changing room to the bathroom. Tao will stand on Mr. Suzuki's right side and slowly walk with him.
Chị Thảo hướng dẫn cho bác Suzuki từ phòng cởi đồ cho đến khi vào bồn tắm. Chị Thảo đứng phía bên phải của bác và từ từ di chuyển.

タオ：ゆっくり浴室に行きましょう。
　　　ゆっくり歩きましょう。
　　　からだを支えますね。

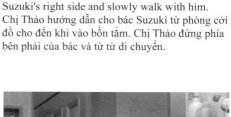

ここがポイント！

● 利用者のプライバシーを大事にします。

● 浴室はすべります。介助者は、いつも利用者の近くで支えます。

- Respect care recipients' privacy.
- The floor of the bathroom can be slippery. Caregivers should stay close to their care recipient at all times.
- Coi trọng sự riêng tư của những người sử dụng dịch vụ điều dưỡng.
- Bồn tắm dễ bị trượt. Nhân viên điều dưỡng lúc nào cũng phải đứng gần người sử dụng dịch vụ để nâng đỡ, hỗ trợ.

＊撮影の都合上、服を着たまま入浴しています。

＊ Subjects shown are bathing with their clothes on only for the photo. /
　Vì quay phim làm tài liệu học tập, nên chúng tôi đã mặc nguyên quần áo vào bồn tắm.

第15章　入浴介助

聞いて、話して、覚えよう！

浴室での介助②

Assistance in the bathroom ② / Hỗ trợ tại bồn tắm ②

🎥 🔊29

タオさんは湯ぶねのお湯の温度を確認しました。鈴木さんは湯ぶねに入りました。タオさんは熱くないか、気分はどうか、声かけをします。近くで見守りをします。

Tao has checked the temperature of the water in the bath tub. Mr. Suzuki has gotten into the bath tub. Tao asks him if the bath water is too hot and how he is feeling. Tao stays close to Mr. Suzuki and watches over him.

Chị Thảo kiểm tra nhiệt độ của nước trong bồn tắm. Bác Suzuki vào bồn tắm. Chị Thảo lên tiếng hỏi xem bác có thấy nóng quá hay không, tình trạng của bác có ổn không. Chị đứng gần để quan sát bác.

タオ：鈴木さま、あつくないですか。
　　　気分は悪くありませんか。
鈴木：いい気持ちだ。

ここがポイント！

● 湯ぶねは危ないです。おぼれるかもしれません。

● 介助者は、利用者からぜったいに目を離しません。

- Bath tubs can be dangerous. There is a risk of drowning.
- Caregivers should never take their eyes off of their care recipients.
- Bồn tắm nguy hiểm. Có thể bị đuối nước.
- Nhân viên điều dưỡng tuyệt đối không được rời mắt khỏi người sử dụng dịch vụ điều dưỡng.

見て、聞いて、覚えよう！

浴室での介助③

Assistance in the bathroom ③ / Hỗ trợ tại bồn tắm ③

🎥 🔊30

タオさんが、鈴木さんの背中に赤いところを見つけました。鈴木さんに痛くないか、かゆくないか、聞きます。

Tao has found a red spot on Mr. Suzuki's back. She will ask Mr. Suzuki if it hurts or itches.

Chị Thảo nhìn thấy những nốt đỏ trên lưng của bác Suzuki. Chị hỏi bác Suzuki xem bác có đau hay có ngứa gì không.

タオ：鈴木さま、背中が赤いです。

かゆいですか。

さわっていいですか。

鈴木：赤いのはどこ？

タオ：ここです。痛くないですか。

あとで看護師に見てもらい

ましょう。

鈴木：そうだね。

 ここがポイント！

● 利用者のからだをよく観察します。入浴のときは、からだの状態がよくわかります。

● シャンプーや石けんをしっかり流します。

● ぬれたからだはすぐにバスタオルでふきます。

● お風呂から出たら、水分をとります。

● 看護師を呼ぶときも、離れないで利用者を見ています。

- Carefully observe your care recipient's body. When bathing your care recipient, you will be able to gauge their physical condition.
- Be sure to thoroughly wash away all soap and shampoo.
- Dry them off as soon as possible with a bath towel.
- After your care recipient gets out of the bath, give them enough fluids.
- Even when calling a nurse, stay by your care recipient's side and watch them.
- Phải quan sát kỹ cơ thể của những người sử dụng dịch vụ điều dưỡng. Khi vào tắm bồn, sẽ rất dễ biết tình trạng cơ thể của các bác.
- Phải xả thật sạch dầu gội và xà phòng tắm.
- Phải lập tức lau cơ thể ướt đẫm nước bằng khăn lông.
- Sau khi tắm xong, phải lau khô người.
- Ngay cả khi gọi y tá, không được rời khỏi mà phải để mắt tới người sử dụng dịch vụ điều dưỡng.

機械浴

・車いすに乗って入浴することもできる方法です。

Mechanized baths / Bồn tắm máy

- This is how to bath care recipients who are in wheelchairs.
- Đây là phương pháp có thể tắm bồn mà vẫn ngồi yên trên xe lăn.

そのほかの入浴方法
Other methods of bathing / Phương pháp tắm bồn khác

湯ぶねに入らないときでも、手や足をお湯に入れると、気持ちがよくなります。からだがとてもあたたまります。

Even if your care recipient will not be getting into the bath tub, just putting their hands and feet in the bath water can be stimulated and enjoyable. It can warm their bodies.

Ngay cả khi không vào bồn tắm, chỉ cần ngâm tay và chân vào nước nóng, cũng cảm thấy thoải mái. Cơ thể sẽ được làm ấm rất nhiều.

● 手浴

手をお湯に入れて、ゆっくりあたためます。からだ全体があたたまります。リラックスできます。石けんで手をゆっくり洗います。指の間もしっかり洗いましょう。

Hand bath / Ngâm tay
Care recipients place their hands in hot water to slowly warm them. This, in turn, warms the rest of their body. This will allow them to relax. Gently wash their hands with soap. Be sure to wash in between their fingers as well.
Cho tay vào nước ấm, từ từ làm ấm tay. Toàn cơ thể sẽ ấm lên. Có thể thư giãn được. Hãy rửa tay lại thong thả bằng xà phòng. Hãy rửa các kẽ tay thật sạch.

● 足浴

足首までお湯に入れてあたためます。石けんで足をゆっくり洗います。足の指の間もしっかり洗いましょう。お湯の温度が下がります。新しくお湯を入れるなどをしてあたたかくします。足浴だけでも、リラックスできます。よく眠れます。

Foot bath / Ngâm chân
Care recipients place their feet up to the ankle in hot water to warm them. Gently wash their feet with soap. Be sure to wash in between their toes as well. If the water gets cool, add more hot water to it. Foot baths can be relaxing and can also help your care recipients sleep better.
Cho chân vào trong nước nóng đến cổ chân. Rửa chân sạch bằng xà phòng. Hãy rửa sạch các kẽ chân. Nhiệt độ của nước nóng giảm xuống. Hãy cho nước nóng mới vào…để làm ấm chân. Chỉ cần ngâm chân thôi cũng có thể thư giãn được. Sẽ ngủ rất ngon.

● 清拭

からだをあたたかいタオルでふきます。入浴ができなくても、清潔になります。

Bed bath / Lau cơ thể
Wipe your care recipient's body with a warm towel. This is one way to help your care recipient bathe and get clean if they are unable to get into the bath tub. Lau cơ thể bằng khăn ấm. Cho dù không vào tắm bồn được đi nữa cũng sạch sẽ.

1. 正しいものを選びましょう。

① 手浴だったら、見守りは必要ありません。

② 清拭は入浴ができなくても、清潔になります。

③ 入浴は、利用者がいやだと言ったら、やめます。

④ 入浴中は目を離しません。

⑤ 浴室では、シャンプーやボディソープをしっかり流します。すべらないように気をつけます。

2.（　　　）の中に入るものを下から選びましょう。

① 入浴の前には、（　　　）をします。

② 入浴の前には、脱衣所と浴室の（　　　）を確認します。

③ 清拭は（　　　）タオルでします。

④ 手浴と足浴は（　　　）効果があります。

⑤ 足浴は足を（　　　）に入れます。

冷たい　　バイタルチェック　　リラックス
温度　　お水　　お湯　　あたたかい　　足浴

3. 正しいものを選びましょう。

① 髪の毛を洗ったら、ドライヤーでよくかわかします。

② お風呂から出たら、水やお茶を飲みます。

③ 介助者は、湯ぶねのお湯の温度を確認しておきます。

④ いすに座って着替えてもらいます。

⑤ 介助者は手浴や足浴なら、お湯の温度を確認しません。

第15章　入浴介助

こたえ：1．ー②、④、⑤　2．ー①バイタルチェック、②温度、③あたたかい、④リラックス、⑤お湯
3．ー①、②、③、④

声かけはむずかしい

Approaching care recipients can be difficult
Việc lên tiếng thì khó.

なかなかお風呂に入らない利用者さまがいます。いつも「わたしはお風呂がきらい」と言って部屋から動きません。そんなとき、わたしは先輩の田中さんに助けてもらいます。

田中さんがお風呂に誘うと、利用者さまがお風呂に入ります。田中さんは、利用者さまの隣に座って、ゆっくりと話しかけます。「娘さんが買ってきた洋服に着替えましょう」など、いろいろな話をして、お風呂に連れて行きます。

いつもとても勉強になります。

There is one care recipient who just doesn't want to take a bath. She always says, "I hate baths", and refuses to leave her room. When she does that, I have my senior, Mr. Tanaka, help me.

When Mr. Tanaka asks her to get into the bath, she does it. Mr. Tanaka sits next to her and slowly talks to her, saying things like, "Let's go put on the clothes your daughter bought you", then takes her to the bathroom.

I always learn so much from him.

Có nhiều người sử dụng dịch vụ điều dưỡng không chịu tắm. Các bác ấy thường bảo là "tôi ghét tắm." và không chịu ra khỏi phòng. Những lúc như vậy thì tôi thường hay nhờ đàn chị là chị Tanaka giúp đỡ.

Hễ chị Tanaka mời là các bác ấy lại chịu vào phòng tắm. Chị Tanaka đến ngồi cạnh các bác, từ từ bắt chuyện với các bác. Chị nói nhiều chuyện với các bác như "bác mặc bộ quần áo mà con gái bác mới mua đến đi ạ."... rồi đưa các bác ấy đến phòng tắm.

Lúc nào tôi cũng học được nhiều điều.

せいようかいじょ
整容介助

Grooming Assistance
Hỗ trợ chăm sóc diện mạo

利用者の身だしなみを整えます。清潔にすることは、
病気を予防します。清潔にすると、明るい気持ちになります。
整容介助は細かい技術が必要です。

Help your care recipients maintain their personal appearance. Having good hygiene can also help prevent disease.
Getting clean can make people feel more optimistic. Grooming assistance requires detailed techniques.

Chăm sóc vẻ bên ngoài cho các bác sử dụng dịch vụ điều dưỡng.
Việc vệ sinh sạch sẽ là để phòng bệnh. Khi giữ cho cơ thể sạch sẽ, thì tâm trạng cũng trở nên vui vẻ.
Khi chăm sóc vẻ bên ngoài, cần phải có những kỹ thuật rất chi tiết.

整容の声かけ①

Approaching care recipients for grooming ① / Lên tiếng mời các bác chăm sóc diện mạo bên ngoài ①

◀))31

ロアンさんが鈴木さんに、お孫さんが来るので髪をきれいにしましょうと声かけをします。

Mr. Suzuki's grandchild is coming to visit, so Roang has approached him about fixing his hair.
Chị Loan lên tiếng mời bác Suzuki chỉnh đốn lại diện mạo bên ngoài vì cháu của bác sắp đến thăm.

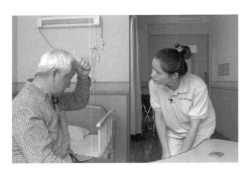

ロアン：鈴木さま、こんにちは。

鈴木：　こんにちは。

ロアン：これからお孫さんがいらっしゃいますね。髪を整えましょう。

鈴木：　ありがとう。

ロアン：できるところは、お願いします。

（鈴木さんにくしをわたす）

鈴木：　右のほうができない。

ロアン：はい、お手伝いします。髪がきれいですね。

鈴木：　ありがとう。

ロアン：これでいいですか。

（手鏡をみせる）

鈴木：　はい、大丈夫です。

ロアン：お孫さんがいらっしゃったら、声をおかけします。

鈴木：　お願いします。ありがとう。

［準備するもの］くし・タオル・手鏡

● 利用者ができないところを手伝います。

● くしでブラッシングをすると、頭の血行がよくなります。

Things to prepare: comb, towel, hand mirror
• Help your care recipient with whatever they cannot do on their own.
• Combing your care recipient's hair can improve blood flow to the brain.

Những vật dụng cần chuẩn bị: lược, khăn lông, gương tay
• Giúp đỡ những việc mà các bác không tự làm được.
• Khi dùng lược để chải tóc thì sẽ làm cho việc tuần hoàn máu của đầu tốt hơn.

聞いて、話して、覚えよう！

整容の声かけ②

Approaching care recipients for grooming ② / Lên tiếng chăm sóc diện mạo bên ngoài ②

◀》32

朝起きたばかりの鈴木さんに、朝のあいさつをします。それから洗面台まで誘導して、顔を洗ってもらいます。ロアンさんは一部を手伝います。

Roang greets Mr. Suzuki, who has just woken up this morning. Then, she leads Mr. Suzuki to the wash bin and has Mr. Suzuki wash his face. Roang only helps with part of this.

Chị Loan chào bác Suzuki vừa mới thức dậy vào buổi sáng. Sau đó chị giúp đưa bác đến bồn rửa mặt, để bác rửa mặt. Chị Loan giúp đỡ bác một phần.

ロアン：おはようございます。

鈴木：　おはようございます。

ロアン：鈴木さま、体調はどうですか。

鈴木：　調子は、まあまあかな。

ロアン：顔を洗いましょう。

鈴木：　お願いします。

ロアン：洗面所までご案内します。左手で手すりにつかまってください。

（立ち上がってもらう）

（いすに座ってもらう）

ロアン：左手で肘かけにつかまってください。

ロアン：ゆっくり座ってください。顔を洗ってください。

　　　　はい、タオルです。

鈴木：　あー、いい気持ちだ。

ロアン：耳の後ろもふきましょう。終わりました。

鈴木：　ありがとう。

ロアン：きれいになりましたね。

 ここがポイント！

- 朝起きてすぐは、ふらつきに注意します。
- 自分でできないところを手伝います。
- 患側のほうでからだを支えて介助します。
- 利用者に確認してもらいます。

- Be mindful that your care recipient may be disoriented after just waking up.
- Help them with whatever they cannot do on their own.
- Support your care recipient on their affected side.
- Have the care recipient check their appearance.
- Buổi sáng vừa mới thức dậy, cần lưu các bác dễ bị chóng mặt loạng choạng.
- Giúp đỡ các bác những việc mà các bác không tự làm được.
- Đứng bên phía các bác bị bệnh để nâng đỡ cơ thể, hỗ trợ cho các bác.
- Yêu cầu các bác sử dụng dịch vụ điều dưỡng kiểm tra lại.

 聞いて、話して、覚えよう！

居室でのひげそり
Shaving in your care recipient's room / Cạo râu tại phòng

 33

ロアンさんが鈴木さんに声かけをして、ひげそりをします。鈴木さんには自分でやってもらいます。一部だけ手伝います。

Roang will approach Mr. Suzuki about shaving. Mr. Suzuki will do most of it on his own, but Roang will help with certain parts.
Chị Loan lên tiếng mời bác Suzuki cạo râu. Chị sẽ để cho bác tự cạo, chị chỉ giúp bác một phần.

ロアン：鈴木さま、ひげをそりましょう。

鈴木：　お願いします。

（鈴木さんに電気かみそりをわたす）

鈴木：　右ができない。お願いします。

ロアン：はい、お手伝いします。

　　　　いかがですか。

鈴木：　うん。いいね。ありがとう。

ロアン：顔をふいてください。

（鈴木さんにタオルをわたす）

ロアン：ローションは…。

鈴木：　ふたを取ってください。

（ロアンさんが鈴木さんの手のひらにローションを出す）

鈴木：　ああ、いい気持ち。

 ここがポイント！

● 介護職はかみそりを使ってはいけません。利用者の電気かみそりを使います。

● ほかの人の電気かみそりは禁止です。病気がうつる原因になります。

- Caregivers are not allowed to use the care recipient's electric razor.
- Using other people's electric razors is prohibited. Doing so could spread disease.
- Nhân viên điều dưỡng không được sử dụng dao cạo. Sử dụng dao cạo bằng điện của người sử dụng dịch vụ điều dưỡng.
- Cấm không được sử dụng dao cạo bằng điện của người khác. Vì đó là nguyên nhân gây bệnh.

コラム ➜ **ひげそりの方法**　　　How to shave / Phương pháp cạo râu

① 皮膚をのばします。少しずつそります。

② あたたかいタオルで口からあごをふきます。

③ ローションなどをぬります。

① Stretch out their skin, and shave a little bit at a time.
② Wipe their mouth and chin area with a warm towel.
③ Apply shaving cream or lotion.
① Kéo căng da ra. Cạo từ từ từng phần một.
② Lau bằng khăn ấm từ miệng cho đến cằm.
③ Thoa kem dưỡng ẩm

居室での爪切り
Cutting your care recipient's nails in their room / Cắt móng tay móng chân trong phòng

◀))34

ロアンさんが、鈴木さんに声かけをして、爪切りをします。

Roang will approach Mr. Suzuki about cutting his nails.
Chị Loan lên tiếng mời bác Suzuki, rồi cắt móng cho bác.

ロアン： 失礼します。

ロアン： 鈴木さま、爪がのびていますか。
　　　　見せてください。

（鈴木さんの手の爪を見る）

ロアン： のびていますね。爪を切りましょうか。

鈴木：　 お願いします。

ロアン： 爪の角はやすりできれいにします。

ここがポイント！

● 介助者は、爪切り前とあとは、かならず手を洗います。

● 爪や爪のまわりに異常があるときは、看護師に報告します。

● 厚い爪や形の異常な爪は看護師が切ります。

● 爪を切るときは、新聞や紙をテーブルや床にしきます。

- Be sure your care recipient washes their hands both before and after cutting their nails.
- If you notice any abnormalities on or around their nails, notify a nurse.
- Thick or abnormally shaped nails will be cut by a nurse.
- When cutting your care recipient's nails, spread out newspaper or something similar on the floor.
- Nhân viên điều dưỡng bắt buộc phải rửa tay trước và sau khi cắt móng.
- Khi móng và phần xung quanh móng có gì bất thường, phải báo cáo ngay với y tá.
- Với những móng dày, hoặc móng có hình dạng bất thường, y tá sẽ cắt móng.
- Khi cắt móng, trải giấy báo hoặc giấy dưới sàn nhà.

 **爪切りの方法** How to cut nails / Cách cắt móng

［準備するもの］爪切り・やすり・下に敷くもの

① 一直線に切ります。

② 角はやすりで丸くけずります。

③ 図の点線より深く切らないようにしましょう。

Things to prepare: nail clipper, nail file, something to put over the floor
① Cut them in a straight line.
② Round the edges with a file.
③ Be careful not to cut their nails shorter than the line shown in the chart.

Những vật dụng cần chuẩn bị: bấm cắt móng, giũa, đồ để trải phía dưới
① Cắt theo một đường thẳng
② Phần góc móng thì dùng giũa để giũa cho tròn lại.
③ Hãy cố gắng đừng cắt sâu hơn đường chấm như hình vẽ.

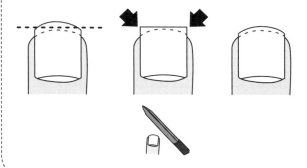

第16章 整容介助

● 口の中の汚れは病気につながるので、清潔にしましょう。

- Poor oral hygiene can lead to illness, so be sure to look after oral cleanliness.
- Nếu trong miệng bẩn, sẽ dẫn đến bệnh, vì vậy hãy làm sạch miệng.

聞いて、話して、覚えよう!

きょしつ せんめんだい は
居室の洗面台で歯みがき
Brushing Teeth in the Sink in the Living Room / Đánh răng trong bồn rửa mặt tại phòng.

35

鈴木さんが自分の部屋の洗面台の前に立って、歯みがきをします。タオさんは鈴木さんに声かけをして、洗面台まで案内します。自分で歯みがきをします。タオさんは、鈴木さんの右側で見守りをします。自分でできないところは手伝います。

Mr. Suzuki stands in front of the sink in his living room and brushes his teeth. Tao speaks to Mr. Suzuki and guides him to the sink. Tao stands on Mr. Suzuki's right side and watches him. Tao will help Mr. Suzuki with any areas he cannot on his own.

Bác Suzuki đứng trước bồn rửa mặt trong phòng mình đánh răng. Chị Thảo lên tiếng để hướng dẫn bác đến bồn rửa mặt. Bác tự mình đánh răng. Chị Thảo đứng bên phải bác Suzuki, quan sát bác. Những chỗ nào tự mình bác không làm được, chị sẽ giúp bác.

タオ:鈴木さま、歯をみがきましょう。

鈴木:そうだね。お願いします。

タオ:手すりにつかまってください。
　　　大丈夫ですか。

鈴木:はい。大丈夫です。

タオ:いすを持ってきます。ゆっくり座ってください。

鈴木:ありがとう。

タオ:歯みがきは自分でできますか。

鈴木:はい。できます。

タオ：はじめに口（くち）をゆすぎましょう。

鈴木（すずき）：はい。

 ここがポイント！

- 歯（は）みがきの準備（じゅんび）が自分（じぶん）でできるか、見（み）守（まも）ります。
- 歯（は）みがきのあと、食（た）べ物（もの）が残（のこ）っていないか、傷（きず）がないか、口（くち）の中（なか）を確認（かくにん）します。
- 洗面台（せんめんだい）の前（まえ）に立（た）って行（おこな）うときは転倒（てんとう）に気（き）をつけます。なるべく座（すわ）って歯（は）みがきをしてもらいます。

- Watch to see if your care recipient can get ready to brush their teeth on their own.
- After the care recipient brushes their teeth, check the inside of their mouth.
- When brushing a care recipient's teeth in front of a washbasin, take care that they do not fall. If possible, have them sit when they brush their teeth.
- Theo dõi xem bác có thể tự mình chuẩn bị cho việc đánh răng được hay không.
- Sau khi đánh răng xong, kiểm tra trong miệng bác xem thức ăn còn sót hay không, có vết thương hay không.
- Chú ý đừng để các bác ngã khi đứng trước bồn rửa mặt. Cố gắng để cho các bác ngồi để đánh răng.

総入れ歯（義歯）の入れ方と外し方

● 入れ方

上の入れ歯から入れます。

・上の入れ歯

口の中に何もないことを確認します。入れ歯の裏側のまん中を押して、しっかりとつけます。入れ歯の奥の歯を持って、しっかりとつけます。

・下の入れ歯

入れ歯の前の部分を歯ぐきにそって持ちます。

● 外し方

下の入れ歯から外します。

・下の入れ歯

入れ歯の前の部分を歯ぐきにそって持ちます。利用者のあごに手をあてて外します。

・上の入れ歯

入れ歯の前の歯をもって外します。

How to Apply and Remove Dentures (Artificial Teeth) / Cách lắp răng giả · tháo răng giả

How to apply
Apply the dentures starting with the top set.

Top set of dentures
Make sure there is nothing in their mouth. Push the back side of the dentures in the middle and firmly apply them.

Bottom set of dentures
Hold the front of the dentures along the gums.

Cách lắp vào
Lắp răng giả hàm trên vào trước.

Răng giả hàm trên
Kiểm tra xem trong miệng chắc chắn không có gì. Ấn ở giữa mặt sau răng giả, gắn chắc chắn.

Răng giả hàm dưới
Nắm nhẹ phần trước răng giả ở nếu răng.

How to remove
Apply the dentures starting with the top set.

Lower set of dentures
Hold the front of the dentures along the gums. Place your other hand on the care recipient's chin and remove the dentures.

Top set of dentures
Hold the front of the dentures and remove them.

Cách tháo răng giả
Tháo răng giả từ hàm dưới trước.

Răng giả hàm dưới
Nắm nhẹ phần trước răng giả ở nếu răng. Chạm tay vào cằm của người sử dụng dịch vụ điều dưỡng rồi tháo.

Răng giả hàm trên
Nắm vào răng cửa của răng giả rồi tháo.

入れ歯の清掃と保管

● 清掃

食事のあと、入れ歯を外します。入れ歯用の歯ブラシで洗います。歯みがき粉は使いません。洗うときは、洗面器に水を入れて洗います。必ず水かぬるいお湯で洗います。(熱いお湯を使うと、入れ歯のかたちが変わります)

● 保管

専用の容器に水か、入れ歯洗浄剤を入れます。その中に入れ歯を入れます。

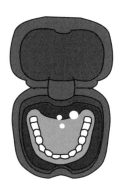

Washing and Storing Dentures/
Làm vệ sinh và bảo quản răng giả

Cleaning / Vệ sinh
After eating, remove the care recipient's dentures. Then, clean them with a denture cleaning brush. When cleaning them, fill the water basin with water and rinse them there. Be sure to use room temperature or warm water. (Using hot water could remold and change the shape of the dentures)
Sau bữa ăn, tháo răng giả ra. Rửa răng bằng bàn chải chuyên dụng dành cho răng giả. Không sử dụng kem đánh răng để rửa. Khi rửa, cho nước vào chậu rồi rửa. Bắt buộc phải rửa bằng nước ấm hoặc bằng nước. (nếu rửa bằng nước nóng, hình dáng của răng sẽ thay đổi.)

Storage / Bảo quản
Put water or denture cleaning fluid in the denture case. Then, put the dentures in the bowl.
Cho nước hay nước rửa chuyên dụng dành cho răng giả vào chậu. Sau đó cho cho răng giả vào.

140

1. <ruby>正<rt>ただ</rt></ruby>しいものを<ruby>選<rt>えら</rt></ruby>びましょう。

① <ruby>清潔<rt>せいけつ</rt></ruby>にすることは、からだを<ruby>守<rt>まも</rt></ruby>ります。

② <ruby>利用者<rt>りようしゃ</rt></ruby>の<ruby>髪<rt>かみ</rt></ruby>がみだれています。<ruby>施設<rt>しせつ</rt></ruby>にいるので、そのままにします。

③ <ruby>爪<rt>つめ</rt></ruby>や<ruby>爪<rt>つめ</rt></ruby>のまわりに<ruby>異常<rt>いじょう</rt></ruby>があっても、<ruby>爪切<rt>つめき</rt></ruby>リは<ruby>介護職<rt>かいごしょく</rt></ruby>が<ruby>行<rt>おこな</rt></ruby>います。

④ <ruby>爪<rt>つめ</rt></ruby>を<ruby>切<rt>き</rt></ruby>るときに<ruby>血<rt>ち</rt></ruby>が<ruby>出<rt>で</rt></ruby>ました。ばんそうこうをはればいいです。

⑤ ベッドから<ruby>洗面台<rt>せんめんだい</rt></ruby>へ<ruby>移動<rt>いどう</rt></ruby>するときに、<ruby>利用者<rt>りようしゃ</rt></ruby>が「ひとりでだいじょうぶだ」と<ruby>言<rt>い</rt></ruby>いました。<ruby>介護職<rt>かいごしょく</rt></ruby>はほかの<ruby>利用者<rt>りようしゃ</rt></ruby>の<ruby>介助<rt>かいじょ</rt></ruby>に<ruby>行<rt>い</rt></ruby>きました。

⑥ <ruby>自分<rt>じぶん</rt></ruby>でできることはやってもらいます。

2. (　　　) の<ruby>中<rt>なか</rt></ruby>に<ruby>入<rt>はい</rt></ruby>るものを<ruby>下<rt>した</rt></ruby>から<ruby>選<rt>えら</rt></ruby>びましょう。

① <ruby>介護職<rt>かいごしょく</rt></ruby>が、<ruby>利用者<rt>りようしゃ</rt></ruby>のひげをそるときは、(　　　)を<ruby>使<rt>つか</rt></ruby>います。

② <ruby>洗面台<rt>せんめんだい</rt></ruby>の<ruby>前<rt>まえ</rt></ruby>でいすに<ruby>座<rt>すわ</rt></ruby>って<ruby>顔<rt>かお</rt></ruby>を<ruby>洗<rt>あら</rt></ruby>います。(　　　)から<ruby>介助<rt>かいじょ</rt></ruby>します。

③ <ruby>爪<rt>つめ</rt></ruby>の<ruby>角<rt>かど</rt></ruby>は、(　　　)できれいにします。

④ <ruby>爪<rt>つめ</rt></ruby>のまわりに<ruby>傷<rt>きず</rt></ruby>があります。(　　　)へ<ruby>報告<rt>ほうこく</rt></ruby>しました。

<ruby>患側<rt>かんそく</rt></ruby>　　やすり　　<ruby>看護師<rt>かんごし</rt></ruby>　　<ruby>電気<rt>でんき</rt></ruby>かみそり

3. <ruby>正<rt>ただ</rt></ruby>しいものを<ruby>選<rt>えら</rt></ruby>びましょう。

① <ruby>入<rt>い</rt></ruby>れ<ruby>歯<rt>ば</rt></ruby>の<ruby>保管<rt>ほかん</rt></ruby>は<ruby>熱<rt>あつ</rt></ruby>いお<ruby>湯<rt>ゆ</rt></ruby>に<ruby>入<rt>い</rt></ruby>れます。

② <ruby>寝<rt>ね</rt></ruby>るときは<ruby>入<rt>い</rt></ruby>れ<ruby>歯<rt>ば</rt></ruby>を<ruby>外<rt>はず</rt></ruby>します。

③ <ruby>入<rt>い</rt></ruby>れ<ruby>歯<rt>ば</rt></ruby>は<ruby>歯<rt>は</rt></ruby>みがき<ruby>粉<rt>こ</rt></ruby>を<ruby>使<rt>つか</rt></ruby>って<ruby>洗<rt>あら</rt></ruby>います。

④ たいへんなので、<ruby>入<rt>い</rt></ruby>れ<ruby>歯<rt>ば</rt></ruby>は<ruby>毎日<rt>まいにち</rt></ruby><ruby>洗<rt>あら</rt></ruby>いません。

⑤ <ruby>入<rt>い</rt></ruby>れ<ruby>歯<rt>ば</rt></ruby>は<ruby>下<rt>した</rt></ruby>から<ruby>入<rt>い</rt></ruby>れます。

⑥ <ruby>入<rt>い</rt></ruby>れ<ruby>歯<rt>ば</rt></ruby>は<ruby>上<rt>うえ</rt></ruby>から<ruby>外<rt>はず</rt></ruby>します。

こたえ：1.ー①、⑥　2.ー①電気かみそり、②患側、③やすり、④看護師　3.ー②

介護日記
Nursing Journal
Nhật ký điều dưỡng

オノマトペの勉強
Learning onomatopoeia
Học từ tượng thanh tượng hình

わたしはインドネシアから来ました。仕事のときに、よく先輩に言われたのが、「さっさとやって」でした。「早くやってください」という意味ですが、初めはよくわかりませんでした。

お腹が痛いときの「ちくちく」、歯が痛いときの「ずきずき」、雨がふるときの「ぽつぽつ」「ざあざあ」などもわかりません。

日本語は、こういうことばがたくさんあります。オノマトペというそうです。イラストや動画で勉強するといいと言われました。とてもむずかしいです。

I came here from Indonesia. When working, I was often told by my superiors to "do it *sassato* (quickly)". I didn't really understand at first that this meant to hurry up and do my work.

I also didn't know *chikuchiku*, for when your stomach hurts; *zukizuki*, for when your teeth hurt; or *potsupotsu* or *zaazaa*, which describe rain falling.

In Japanese, there are many words like these. These words are onomatopoeia. I was told that it might be a good idea to study using illustrations or videos. They're really difficult.

Tôi đến từ Indonesia. Khi làm việc, tôi thường được các anh chị đi trước bảo là "*Sassato yatte*.". Câu này có nghĩa là "hãy làm việc nhanh lên,". Tuy nhiên ban đầu khi nghe câu này thì tôi đã không hiểu rõ lắm.

Tôi cũng không hiểu rõ lắm ý nghĩa của những từ như khi đau bụng thì nói là "*chikichiku*", khi đau răng thì lại nói là "*zukizuki*", trời mưa thì nói là "potsupotsu", "*zaazaa*".

Trong tiếng Nhật có rất nhiều từ ngữ như thế này. Nghe nói được gọi là từ tượng thanh tượng hình. Tôi được nói là nên học những từ ngữ này bằng hình ảnh minh họa hay bằng các clip ảnh động sẽ dễ hiểu. Nhưng những từ này thật sự khó.

レクリエーション

Recreation

Giải trí

レクリエーションは、心とからだを元気にします。
利用者も楽しみにしています。

Recreation keeps the mind and the body healthy.
Care recipients also look forward to it.
Giải trí sẽ làm cho tâm hồn và cơ thể khỏe mạnh.
Những người sử dụng dịch vụ điều dưỡng cũng rất thích thú với việc giải trí.

5月のレクリエーション表の例　Example recreation chart for May / Ví dụ bảng giải trí tháng 5

日	月	火	水	木	金	土
				1 お散歩	2 ネイルケア	3 お散歩
4 頭の体操	5 お散歩	6 カラオケ	7 トランプ いす体操★	8 ミュージックセラピー お散歩	9 ネイルケア	10 百人一首
11 お習字	12 お散歩	13 フラワーアレンジメント	14 いす体操★ 訪問理美容コスモス	15 お散歩 訪問理美容セシル	16 ハーモニカ演奏 ネイルケア	17 お買い物に行こう
18 おやつを作ろう	19 お散歩	20 カラオケ	21 風船バレー★ いす体操★	22 お散歩	23 ネイルケア	24 図書館へ行こう
25 百人一首	26 お散歩	27 陶芸教室	28 いす体操★	29 壁紙作り いす体操★	30 ネイルケア	31 カレンダー作り

★：「遊びりテーション」

お散歩：Walking / dạo bộ

ネイルケア：Nail care / chăm sóc móng

頭の体操：Head exercises / vận động đầu óc

カラオケ：Karaoke / karaoke

トランプ：Playing cards / chơi bài

いす体操：Chair exercise / vận động trên ghế

ミュージックセラピー：Music therapy / trị liệu bằng âm nhạc

百人一首：One Hundred Poems by One Hundred Poets / chơi bài bách nhân nhất thù

お習字：Penmanship / luyện chữ

フラワーアレンジメント：Flower arrangement / cắm hoa

訪問理美容：Visiting a hair salon / chăm sóc sắc đẹp tại gia

ハーモニカ演奏：Playing the harmonica / biểu diễn Harmonica

お買い物に行こう：Going shopping / mua sắm

おやつを作ろう：Making snacks / làm đồ ăn vặt

風船バレー：Balloon volleyball / tung bong bóng

図書館へ行こう：Going to the library / đi thư viện

陶芸教室：Pottery classes / lớp học làm gốm

壁紙作り：Making wallpaper / làm giấy dán tường

カレンダー作り：Making calendars / làm lịch

● 利用者の希望を聞いて決めます。

● 季節の行事もあります。

- Listen to care recipients requests to find the best type.
- There are also seasonal events.
- Hỏi nguyện vọng của các bác sử dụng dịch vụ điều dưỡng trước rồi mới quyết định.
- Cũng có những sự kiện theo mùa.

1月：お正月（神社へ初詣）

2月：豆まき

3月：ひな祭り

4月：桜の花見

5月：こいのぼり

7月：七夕

8月：夏祭り

9月：敬老会

10月：文化祭

12月：クリスマス、忘年会

● 利用者の誕生日会もあります。

● ほかに習字・お茶・お花・食事会など
があります。

January: New Year's Day (visiting shrines)
February: Bean throwing
March: Girl's festival
April: Cherry blossom flower viewing
May: Carp streamers
July: Star festival
August: Summer festival
September: Meeting to show respect for the aged
October: Cultural festival
December: Christmas, year-end party
• Care recipients' birthdays are also celebrated.
• There are also events such as penmanship, tea ceremony, flowers arrangement and dinner parties.

Tháng 1:Ngày tết
Tháng 2:Lễ rải đậu
Tháng 3:Lễ hội bé gái
Tháng 4:Lễ hội ngắm hoa anh đào
Tháng 5:Lễ hội bé trai
Tháng 7:Lễ hội Tanabata (thất tịch)
Tháng 8: Lễ hội mùa hè
Tháng 9: Ngày kính lão
Tháng 10: Lễ hội văn hóa
Tháng 12: Giáng sinh, Tiệc tất niên….
• Còn có ngày sinh nhật của các bác sử dụng dịch vụ điều dưỡng.
• Ngoài ra còn có các buổi luyện chữ, trà đạo, cắm hoa, tổ chức ăn uống.

レクリエーションの効果

● からだを動かすのでリハビリになります。

● ほかの利用者となかよくなります。

Effects of Recreation / Công dụng của giải trí

• It gives care recipients a chance to get exercise, which can serve as rehabilitation.
• Care recipients can get to better know each other.
• Vì vận động cơ thể nên cũng có tác dụng phục hồi chức năng
• Các bác sử dụng dịch vụ điều dưỡng trở nên thân thiết với nhau.

コラム 「遊びりテーション」
＝「遊び＋リハビリテーション」

asobi (play)+ rihabiriteeshon (rehabilitation) / được kết hợp từ hai từ "chơi+phục hồi chức năng"

・遊びを入れたリハビリを「遊びりテーション」
といいます。

・自然にからだが動きます。リハビリにとても
いいです。

• Rehabilitation that includes playing is called asobiriteeshon (play-rehabilitation.)
• Care recipients can freely move their bodies. This is also very good for rehabilitation.
• Loại hình giải trí vừa đưa trò chơi vào trong quá trình phục hồi chức năng được gọi là "Asobi rite-shion" (vừa chơi vừa luyện tập phục hồi chức năng).
• Vận động cơ thể một cách tự nhiên. Rất tốt cho phục hồi chức năng.

外出の声かけ

Approaching care recipients to go out / Lên tiếng mời các bác cùng đi ra ngoài

36

レクリエーションで外出する利用者へ、声かけをします。

Roang will talk to a care recipient that is doing recreational activities outdoors.
Lên tiếng mời các bác sử dụng dịch vụ điều dưỡng ra ngoài giải trí.

ロアン：鈴木さま、今日のお昼ごはんはレストランでお食事です。準備はできましたか。

鈴木：　うん、大丈夫。

ロアン：トイレは行きましたか。

鈴木：　さっき行ったよ。

ロアン：またあとで声をおかけします。

鈴木：　はい、お願いします。

ここがポイント！

- 無理に参加させません。
- 外出するときは、事故やけがに気をつけます。
- 急に体調が悪くなるときがあります。
- 利用者をしっかりと見守りします。

- Do not make care recipients participate if they do not want to.
- When going outside, be careful to avoid accidents and injuries.
- There may be times when care recipients become ill.
- Be sure to carefully watch your care recipients.
- Không ép các bác tham gia.
- Khi đi ra ngoài, cần chú ý tai nạn và bị thương.
- Có lúc các bác sẽ đột nhiên không khỏe.
- Phải theo dõi các bác sử dụng dịch vụ điều dưỡng một cách cẩn thận.

確認テスト

Check Test / Bài kiểm tra

1. 正しいものを選びましょう。

① レクリエーションには季節の行事があります。

② レクリエーションは、介護職の希望を聞いて決めます。

③ レクリエーションは、必ず参加してもらいます。

④ 遊びを入れたリハビリを「遊びリテーション」といいます。

⑤ レクリエーションのときは、見守りはしません。

⑥ 外出のレクリエーションは、気分転換になります。

2. 利用者はどんなレクリエーションが好きか、みんなで考えて見ましょう。

例）カラオケ、レストランで食事会…など。

こたえ：1.―①、④、⑥

みんなカラオケが大好き

Everyone loves karaoke
Các bác rất thích Karaoke.

施設で人気があるレクリエーションのひとつが、カラオケです。利用者さまが食堂に集まって、みんなで歌います。いつもはとても静かな人が、カラオケになると大きな声で歌います。

利用者さまが若いころの歌が多いです。「赤とんぼ」や「ふるさと」など、利用者さまが小さいころに、小学校で音楽の時間に習った歌も多いです。ふるさとを思い出して、少し涙が出ている人もいます。あなたも一緒に歌おうと言われます。

練習して、利用者さまと楽しく歌えるようになりたいと思います。

One popular form of recreation at many care facilities is karaoke. Care recipients gather in the dining area and all sing together. Even people who are usually quiet sing loudly when at karaoke.

Many care recipients often sing songs that were popular when they were younger. Most sing songs that they learned in music class when they were in elementary school, such as "Akatonbo" and "Furusato". Some people are reminded of their hometowns and cry. They asked me to sing with them.

I want to practice so that I can have fun singing with our care recipients.

Một trong những loại hình giải trí mà các bác sử dụng dịch vụ điều dưỡng yêu thích đó là Karaoke. Những người sử dụng dịch vụ điều dưỡng tập trung lại tại nhà ăn rồi cùng hát. Có bác thường ngày rất im lặng nhưng khi vào hát Karaoke lại hát rất lớn.

Hầu hết là những bài hát thịnh hành thời các bác còn trẻ. Những bài hát như "Akatombo" (chuồn chuồn đỏ), "Furusato" (quê hương) là những bài hát được học trong giờ âm nhạc ở trường tiểu học lúc các bác còn nhỏ cũng được hát rất nhiều. Có bác nhớ quê, rơm rớm nước mắt. Tôi cũng được các bác nói là "Cháu cũng hát cùng đi".

Tôi muốn luyện tập để có thể hát cùng với các bác một cách vui vẻ.

き ろく
記録

Records
Biên bản

　介護の現場は、チームで仕事をします。その日にしたこと、
起きたこと、気づいたことを書きます。それを「記録」といいます。
チームのメンバーは、記録を見て一緒に考えて、
自分の仕事にいかします。

At care giving sites, caregivers all work as a team. Each day, everything that you do or realize and any occurrences should all be written down. Such documents are called reports.

Other members of your team will be able to read these reports and use the information in their own work.

Tại trung tâm điều dưỡng, mọi người làm việc theo nhóm. Họ sẽ viết lại những việc đã làm, những việc đã xảy ra, những điều nhận thấy của ngày hôm đó. Những ghi chép này gọi là "biên bản".

Các thành viên trong nhóm xem những ghi chép đó, rồi cũng suy nghĩ, phát huy công việc của mình cho tốt hơn.

記録の書き方
How to write records / Cách ghi biên bản

● 記録は「事実」を書きます。

● 読んだ人が、わかるように書きます。

● 起きたことを「順番」に書きます。

● 長い文にしません。

- Write down the facts. / Write down the facts.
- Write things so that they can be easily understood by others.
- Write down occurrences in the order of which things happened.
- Do not write overly long sentences.
- Biên bản là viết lại "sự thật" xảy ra.
- Viết để người đọc có thể hiểu được.
- Viết những vấn đề xảy ra theo "trình tự".
- Không viết câu dài.

コラム ● 記録の種類

Types of records / Các loại biên bản

・業務日誌

・介護記録

・ヒヤリハット報告書：
　気持ちが「ひやり」または「はっと」とした
　とき、事故になりそうだったときに書きます。
　これから事故を ふせぐために参考になる記録
　です。

・事故報告書：
　事故が起きたときに書きます。

- Business log
- Nursing care record
- Minor incident report: Write this when you felt hinyari (surprised) or hatto (taken aback), and an accident almost occurred. Keeping a record of this can be used as a reference to prevent future accidents.)
- Accident report: Write these when an accident happens.
- Nhật ký công việc
- Biên bản về điều dưỡng.
- Báo cáo trường hợp suýt xảy ra tai nạn: Được viết khi cảm giác toát mồ hôi hột, sửng sốt suýt nữa sẽ xảy ra tai nạn. Đây là biên bản được viết làm tư liệu tham khảo để tránh những tai nạn như thế này trong tương lai.
- Bản báo cáo sự cố: viết khi xảy ra tai nạn, sự cố.

食事の声かけと記録
Record of approaching for a meal / Việc lên tiếng mời dùng cơm và biên bản

◀) 37

ロアンさんが、鈴木さんにお昼ごはんを食べに食堂へ行きましょうと声かけをします。

Roang will approach Mr. Suzuki to invite him eat lunch in the dining area.
Chị Loan lên tiếng mời bác Suzuki đến nhà ăn để dùng cơm.

ロアン：失礼します。

鈴木：　こんにちは

ロアン：こんにちは。鈴木さま、お昼ごはんの時間です。

鈴木：　そうか…なんだか食べたくないな。

ロアン：でも今日のお昼ごはんは鈴木さまの大好きなカレーライスですよ。

　　　　いいにおいがするでしょ。おいしそうですよ。

鈴木：　じゃ、行こうか。

（鈴木さんを食堂へ案内する）

ロアン：鈴木さま、お食事です。お茶、どうぞ。

　　　　鈴木さまの大好きなカレーライスです。どうぞ。

（鈴木さんはカレーライスを少しだけ食べる）

ロアン：鈴木さま、どうしましたか。

鈴木：　なんだか味がしないんだよ。

ロアン：もう少し食べませんか。

鈴木さんは、ロアンさんが勧めても、食べませんでした。ロアンさんは山本看護師に、鈴木さんの話をしました。山本看護師がバイタルをチェックしました。部屋で少し休むことになりました。

Mr. Suzuki did not eat, even when Roang encouraged him to. Roang talked to Nurse Yamamoto about Mr. Suzuki. Nurse Yamamoto checked his vitals. She had Mr. Suzuki rest for a while in his room.
Cho dù chị Loan có mời mấy đi nữa, bác Suzuki cũng không chịu ăn cơm. Chị Loan đã nói với y tá Yamamoto về chuyện của bác Suzuki. Y tá Yamamoto đã kiểm tra chỉ số sinh tồn. Và quyết định để bác nghỉ ngơi trong phòng một lúc.

Nursing care report written by Roang / Ghi chép điều dưỡng do chị Loan viết

2019年2月10日（日）12時　食堂で
昼ご飯はカレーライス。鈴木さまは一口食べたが食欲がない。もう少し食べるように言ったが食べなかった。水分はカップ200ccとる。山本看護師に伝え、バイタルチェックのあと、部屋で休むことになった。

February 10, 2019 (Sunday) - 12:00 in the cafeteria
Today's lunch is curry rice. Mr. Suzuki ate one bite but he is not hungry. His caregiver told Mr. Suzuki to try eating a little more, but he did not. He drinks 200 cc of water. His caregiver told all of this to Nurse Yamamoto, then checked Mr. Suzuki's vitals. After that, Mr. Suzuki went rest in his room.
12 giờ ngày 10/2/2019 (chủ nhật) tại nhà ăn
Cơm trưa hôm nay là cơm cà ri. Bác Suzuki đã ăn một thìa, nhưng bác không muốn ăn. Tôi đã khuyên bác ăn thêm tí nữa nhưng bác không ăn. Nước thì bác đã uống khoảng 200cc. Tôi đã thông báo với y tá Yamamoto, sau kiểm tra các chỉ số sinh tồn, chị đã để bác về nghỉ ngơi trong phòng.

ここがポイント！

● ロアンさんは事実（じじつ）を書いています。

• Roang is writing the facts.
• Chị Loan đang viết những điều thực tế.

聞いて、話して、覚えよう！

利用者（りようしゃ）の体調確認（たいちょうかくにん）と記録（きろく）

Record and check of care recipient's condition / Xác nhận tình trạng sức khỏe của người sử dụng dịch vụ điều dưỡng và biên bản

◁)38

高橋さんが、鈴木さんのところへ行き、体調がどうか声かけをします。高橋さんは、看護師にバイタルを測ることを伝えています。体温、血圧を測ります。少し熱があるので、結果を看護師に伝えに行きます。

Mr. Takahashi approaches Mr. Suzuki to ask him how he is feeling. He will measure Mr. Suzuki's temperature and blood pressure. Mr. Takahashi tells a nurse to check his vitals. Since Mr. Suzuki has a fever, Mr. Takahashi will report the results to a nurse.
Điều dưỡng Takahashi đi đến chỗ của bác Suzuki, lên tiếng hỏi tình hình sức khỏe của bác như thế nào. Takahashi đã nói với y tá Yamamoto về việc sẽ đo chỉ số sinh tồn. Anh đã đo nhiệt độ, huyết áp cho bác. Vì bác hơi sốt, cho nên đã đi báo cáo với y tá về kết quả đo được.

高橋：失礼します。鈴木さま、ご気分はどうですか。
鈴木：なんだかからだが重くて…。
高橋：それでは血圧を測ります。体温も測ります。

鈴木：お願いします。

高橋：それでは体温から測ります。お願いします。

（鈴木さんに体温計をわたす）

高橋：わきに入りましたか。わきを固めてください。

　　　さむくないですか。

鈴木：さむいかな…。

高橋：頭は痛くないですか。

　　　少し熱があるかもしれないですね。

　　　体温計をとってください。

（熱が３８度ある）

高橋：熱がありますね。

　　　次に血圧を測ります。

　　　左手を出してください。

　　　深呼吸をしましょう。

（血圧を測る）

高橋：少し休みましょう。

　　　足を上げてください。

　　　布団をかけておきますね。

　　　看護師の山本さんを呼んできます。

高橋さんは、山本看護師に鈴木さんの体温と血圧を伝えます。鈴木さんが言った「からだが重い」「少しさむい」も伝えました。山本看護師の判断で、医師の診察を受けることになりました。

Mr. Takahashi will report Mr. Suzuki's temperature and blood pressure to Nurse Yamamoto. Mr. Takahashi also tells the nurse that Mr. Suzuki said that he is "feeling sluggish" and "a little cold." Nurse Yamamoto then decided to have Mr. Suzuki checked by a doctor.
Điều dưỡng Takahashi đã báo với y tá Yamamoto về nhiệt độ cơ thể và huyết áp của bác Suzuki. Ngoài ra còn báo cáo thêm cả những lời bác Suzuki nói là "cơ thể nặng nề", "cảm giác hơi lạnh". Theo phán đoán của y tá Yamamoto, bác Suzuki sẽ đi bác sỹ khám.

Nursing care report written by Mr. Takahashi /
Biên bản điều dưỡng do anh Takahashi viết

2019年2月10日 15時
鈴木さまのバイタルを測る。体温38
度、血圧135-80。なんかだるそう。
体が重い、少しさむいと言う。かわい
そうなので山本看護師に伝えた。医
師の診察を受けることになった。

Measured Mr. Suzuki's vitals.
Temperature: 38 degrees
Blood pressure: 135-80
Seems sluggish.
Says he feels sluggish and cold. I felt bad for him so I told Nurse Yamamoto. He's now going to have a doctor check him out.
Đo chỉ số sinh tồn của bác Suzuki. Nhiệt độ 38° huyết áp 135-80, có vẻ mệt mỏi. Bác nói cơ thể nặng nề, cảm giác hơi lạnh. Vì thấy bác tội nghiệp quá nên đã báo với y tá Yamamoto. Quyết định cho bác đi bác sỹ khám.

ここがポイント！

- 高橋さんの記録には事実ではないところ（下線部分）があります。
- 記録は、一緒に働く人が同じ情報を知るためにあります。
- 自分が思ったことは書きません。ロアンさんの介護記録、高橋さんの介護記録を参考にしてみましょう。ロアンさん、高橋さん、山本看護師、医師が同じ情報を知っています。鈴木さんの健康が、記録の内容でよくわかります。
- 記録には、むずかしいことばはいりません。うまく書けないときには、会話をそのまま書いておきましょう。

- Mr. Takahashi's reports contains a few things that are not facts (the underlined section).
- Records are kept to share information with the other people you work with.
- Do not just write how you feel. Take a look at Roang and Mr. Takahashi's nursing care reports. Roang, Mr. Takahashi, Nurse Yamamoto and the doctor all know the same information. There were able to find information about Mr. Suzuki's health using the reports.
- There is no need to use difficult words when writing reports. If you have trouble writing things out, just write what was said in your conversations.
- Trong biên bản của điều dưỡng Takahashi có một điều không phải là sự thật (phần được gạch chân).
- Ghi chép sự việc xảy ra là nhằm mục đích cho những người làm cùng biết được thông tin chung.
- Không ghi lại những gì mình suy nghĩ. Hãy cùng tham khảo ghi chép của chị Loan và của Takahashi . Loan, Takahashi, y tá Yamamoto, bác sỹ đều biết chung thông tin. Mọi người đều biết tường tận tình hình sức khỏe của bác Suzuki thông qua nội dung của các ghi chép trong biên bản báo cáo.
- Trong các biên bản báo cáo, không cần viết những từ ngữ khó. Khi không viết được rành mạch thì hãy viết giống như mình hội thoại.

ロアンさんの介護記録で見てみましょう。

Let's look at Roang's nursing report.
Hãy cùng xem biên bản điều dưỡng của chị Loan.

いつ	When	Khi nào	2019年2月10日12時
どこで	Where	Ở đâu	食堂で
だれが	Who	Ai	鈴木さんが
なぜ	Why	Tại sao	食欲がないと言って
なにを	What	Cái gì	昼ごはんを
どのように	How	Như thế nào	少ししか食べない

「事実」と、そのときどうしたか、これからどうしていくかなどを書きます。

Write down the facts, what you did when it occurred and what you think you should do from now.
Viết về "sự thật" và khi đó thì như thế nào, từ này về sau phải làm như thế nào.

第18章　記録

オノマトペ（擬態語・擬声語）② からだ

Onomatopoeia (*gitaigo, giseigo*) ② Body / Từ tượng thanh (từ tượng thanh, từ tượng hình) ② Cơ thể

ふらふら / よろよろ	くらくら	ひりひり
かさかさ	すべすべ	ずきずき
どきどき	がんがん	ごろごろ

確認テスト

Check Test / Bài kiểm tra

1. 正しいものを選びましょう。

① 記録を書く時間がなかったので、明日書きます。

② 利用者のようすは、話して伝えればよいので、記録は書きません。

③ 記録は、事実でないことは書きません。

④ うまく書けないので、利用者が言ったことをそのまま書きました。

⑤ 介護記録はみんなが読めるところに置きます。

⑥ 介護はチームのみんなで仕事をします。

2. （　　　）の中に入るものを下から選びましょう。

① （　　　）は、事故が起こったときに書きます。

② （　　　）は、ひやりとしたときに書きます。

③ 仕事を始める前に、（　　　）や（　　　）を読みます。

④ 記録は起きたことを（　　　）に書きます。

⑤ 記録のわからないことばは（　　　）します。

⑥ 記録は（　　　）だけを書きます。

介護記録　　事故報告書　　ヒヤリハット報告書
業務日誌　　順番　　確認　　事実

第18章　記録

こたえ：1.―③、④、⑤、⑥　2.―①事故報告書、②ヒヤリハット報告書、③業務日誌、介護記録、④順番、⑤確認、⑥事実

救急車に乗って
Riding in an ambulance
Lên xe cấp cứu

夜勤をしていると、利用者さまの体調が悪くなって、救急車で病院に運ばれることがあります。

救急車に乗ると、救急隊員から救急車を呼ぶまでにどんなことがあったか、前に何の病気をしたかなどを聞かれます。介護記録などを見ながら話します。わたしたちも一緒に病院に行きます。

病院に着くと、ご家族さまが不安な顔をして待っています。お医者さまが診察している間は、わたしたちもすごく心配です。

診察が終わり、利用者さまが、入院の必要がないとわかったときは、とてもうれしい気持ちになります。そしてからだの力がぬけてしまいます。

施設に戻ったら、救急車で病院に行った記録を書かなければなりません。

夜勤はたいへんです。とても眠いです。でも自分はよくがんばったという気持ちでいっぱいになります。またがんばろうと思います。

Once, when I was working the night shift, one of our care recipients fell ill and was taken to the hospital in an ambulance.

While riding in the ambulance, the rescue personnel asked the care recipient things like what happened up until they called the ambulance and what illnesses have they had before. They talk while reading nursing care reports. We went to the hospital with them.

When we got to the hospital, the care recipient's family members all looked worried as they waited. We were all very worried too as the doctor was doing a medical examination.

After the examination was over and we learned that the care recipient would not have to stay at the hospital over night, we were all really happy. We were also really worn out.

When we got back to the facility, we had to write a report of our trip to the hospital in an ambulance.

Working the night shift is a lot of work. I was really sleepy. But, I felt that I had worked hard and did my best. I want to keep working hard.

Khi làm việc ca đêm, có khi tình hình sức khỏe của các bác sử dụng dịch vụ điều dưỡng trở nên xấu, phải đưa vào bệnh viện.

Khi lên xe cấp cứu, điều dưỡng sẽ bị các nhân viên cấp cứu hỏi đã có sự việc gì xảy ra cho đến khi gọi xe cấp cứu, trước đây có bị bệnh tương tự hay không. Lúc đó điều dưỡng sẽ vừa xem biên bản điều dưỡng vừa trả lời. Bản thân chúng tôi cũng sẽ cùng đến bệnh viện.

Khi đến bệnh viện thì người thân của các bác đã đứng chờ ở đó với vẻ mặt đầy lo âu. Trong thời gian bác sỹ khám, chúng tôi cũng rất lo lắng.

Sau khi bác sỹ khám xong và quyết định người sử dụng dịch vụ điều dưỡng không cần phải nhập viện thì chúng tôi vô cùng vui mừng. Lúc đó chúng tôi thở phào nhẹ nhõm.

Sau khi quay về trung tâm, chúng tôi phải viết biên bản việc đã lên xe cấp cứu đến bệnh viện.

Làm việc ca đêm rất vất vả. Rất buồn ngủ. Thế nhưng bản thân mình lại cảm nhận được mình đã rất cố gắng. Và tôi nghĩ từ bây giờ tôi cũng sẽ cố gắng nữa.

もう申しおく送り／ひ引きつ継ぎ

Handing Over
Bàn giao công việc/ chuyển giao

ちょうれい朝礼やしょくいんこうたい職員交代のとき、やきん夜勤をはじ始めるまえ前などに、しょくいん職員があつ集まります。

そのひ日にあったことや、これからのよてい予定をほうこく報告、れんらく連絡します。

これをもう申しおく送り／ひ引きつ継ぎといいます。

わからないことがあれば、そうだん相談します。

Staff members assemble at events like morning assemblies, staff changes and before starting the night shift.

Here, you can report and inform others about things that happened that day and future plans.

This is known as handing over. If there is something you do not know, consult with someone.

Nhân viên sẽ tập trung lại vào những lúc báo cáo liên lạc buổi sáng, thay ca, trước khi bắt đầu ca tối.

Tại đây, mọi người sẽ báo cáo liên lạc những việc đã làm, và những dự định sẽ làm.

Việc này được gọi là giao ca/bàn giao. Nếu có gì không hiểu, mọi người sẽ thảo luận với nhau.

朝礼①

Morning Assembly ① / Báo cáo liên lạc buổi sáng ①

🔊 39

みんなで集まって朝礼をします。

This is when everyone comes together to greet each other in the morning.
Mọi người tập trung để báo cáo liên lạc buổi sáng.

佐藤（施設長）：みなさん、おはようご
　　　ざいます。

全員：おはようございます。

佐藤：夜勤担当のタオさんから報告をし
　　　てください。

タオ：はい。木村さまが、22時にお腹
　　　がすいて、「何か食べさせてください」と言ってきました。
　　　あたたかいミルクを入れて飲んでいただきました。
　　　次、吉田さまが23時30分に「眠れない」と言ってきました。
　　　吉田さまと、しばらく話をしました。
　　　吉田さまは「少し気持ちが落ち着いた」と部屋に戻られました。
　　　ほかの利用者さまは、ゆっくりお休みでした。

佐藤：タオさん、報告、ありがとうございました。

ここがポイント！

● 報告は、何かが終わったときや、今どうなっているか、話をすることです。

- Reporting is talking about things that have happened or how things are going now.
- Báo cáo là việc sẽ nói những vấn đề như sau khi làm xong việc gì, bây giờ như thế nào…

160

聞いて、話して、覚えよう！

朝礼②

Morning Assembly ② / Báo cáo liên lạc buổi sáng ②

◀)) 40

みんなで集まって朝礼をします。

This is when everyone comes together to greet each other in the morning.
Mọi người tập trung để báo cáo liên lạc buổi sáng.

佐藤：次に山本さんから連絡をしてください。

山本（看護師）：さむくなってきました。

みなさん、かぜをひかないようにうがいをしてください。

利用者さまにかぜの症状があれば、報告してください。

佐藤：山本さん、連絡ありがとうございました。

わたしから連絡です。今日、田中さまのご家族がいらっしゃいます。

みなさん、元気に笑顔であいさつをしてください。

あいさつはコミュニケーションの基本です。

よろしくお願いします。

全員：はい、わかりました。

ここがポイント！

● 連絡は、あることをほかの人に伝えることです。

- Inform is to convey information to another person.
- Liên lạc là việc truyền đạt lại cho người khác về điều gì đó.

朝礼③
ちょうれい

Morning Assembly ③ / Báo cáo liên lạc buổi sáng ③

◀))41

佐藤施設長がみんなに相談します。

Mr. Sato, the care facility director, consults with everyone.
Trưởng viện điều dưỡng Sato thảo luận với mọi người.

佐藤：みなさんに相談です。

　　　来週の金曜日に、今月がお誕生日の利用者さまの誕生日会をします。

　　　職員みんなで歌いたいと思います。

　　　どんな歌がいいか、今週中に考えてください。

　　　ほかになければ終わります。

　　　タオさん、夜勤、おつかれさまでした。

　　　みなさん、今日もよろしくお願いします。

全員：よろしくお願いします。

ここがポイント！

● 相談は、わからないことがあったとき、
　どうすればいいか、ほかの人に聞いて、
　考えることです。

- Consulting is asking someone else for advice when there is something you do not know or understand or when you do not know what to do.
- Thảo luận là khi có điều gì không hiểu, hay khi không biết phải làm thế nào thì hỏi người khác rồi suy nghĩ.

聞いて、話して、覚えよう！

夜勤を始める前の申し送り／引き継ぎ

📢42

Handing over before the night shift begins / Bàn giao/chuyển giao công việc trước khi bắt đầu ca đêm

タオさんが夜勤をします。夜勤の前に申し送り／引き継ぎをします。

Tao will work the night shift. Handing over happens before the night shift begins.
Chị Thảo làm ca đêm. Trước khi bắt đầu ca đêm, chị đã tiếp nhận bàn giao công việc.

山本：それでは、申し送りを始めます。
　　　高橋さんからお願いします。

高橋（介護職）：はい。山田さまが、
　　　お昼ごはんを半分しか食べていません。
　　　いつも部屋にいるので、お腹がすかないと言っています。
　　　山田さまに、明日、近くの公園を散歩しましょうと話しました。
　　　ほかのみなさんは元気です。

タオ：わかりました。確認です。山田さまは水分をとっていますか。

高橋：はい。今日は全部で約1,000cc飲んでいます。

タオ：はい。ありがとうございました。

山本：みなさん、今週は山田さまの食事量に注意してください。
　　　みなさんからほかになければ終わります。
　　　タオさん、夜勤、よろしくお願いします。

ここがポイント！

- 確認は、わからないことを、ほかの人に聞くことです。

- 夜勤担当者は、食事介助、就寝介助（利用者が夜、寝る前に更衣介助、排泄介助、歯みがきなどを手伝うこと）、排泄介助、更衣介助など、すべて行います。

- 申し送り／引き継ぎのとき、わからないことは確認しましょう。自分で勝手に判断してはいけません。

- Confirming is asking someone else about something you do not know or understand.
- Caregivers working the night shift are responsible for everything from assisted feeding and bedtime assistance (assisting with things like changing clothes, going to the toilet and teeth brushing before a care recipient goes to bed) to toileting assistance and behavioral assistance.
- When handing over duties from one staff member to another, be sure to ask about anything you do not know or understand. Do not just make your own judgements.

- Xác nhận là việc hỏi lại người khác những điều mà mình chưa hiểu.
- Người phụ trách ca đêm phải tiến hành tất cả các công việc như hỗ trợ ăn uống, hỗ trợ đi ngủ (ban đêm phải tiến hành hỗ trợ các bác sử dụng dịch vụ điều dưỡng trước khi đi ngủ các việc như thay quần áo, vệ sinh, đánh răng...), hỗ trợ vệ sinh cá nhân, hỗ trợ thay quần áo....
- Khi bàn giao công việc cần phải xác nhận lại những vấn đề mình chưa hiểu. Không được tự mình phán đoán tùy tiện.

1. 夜勤のとき、利用者の山田花子さんが、軽いせきをしていました。バイタルを測り、看護師に報告をしました。バイタルは問題ありませんでした。山田さんは朝まで静かに休みました。朝礼で、あなたはどうしますか。正しいものを選びましょう。

① バイタルは問題ないので、とくに報告しません。

② みんなに、軽いせきをしていたことを報告します。

③ みんなに報告しません。交代する職員にだけ報告します。

2. 夜勤のとき、利用者の渡辺太郎さんの家族から、電話がありました。明日、渡辺さんに会いに行きたいので、明日の朝また電話すると言っていました。朝礼で、あなたはどうしますか。正しいものを選びましょう。

① 朝礼でみんなに報告します。

② また電話があるので、何も言いません。

③ 渡辺太郎さんだけに報告をします。

こたえ：1.―②　2.―①

初めての夜勤
はじ　　　　やきん

My first night shift
Lần đầu tiên làm ca đêm

施設に勤務して半年後、初めて夜勤を担当しました。

夜勤が始まる前に、看護師、日勤担当の介護職、遅番担当の介護職と夜勤担当が集まって、申し送り／引き継ぎが行われます。大事なことはメモして、わからないことは何回も聞いて確認をしました。

夜勤は、今まで勉強してきた総合的な力が必要です。とても緊張しましたが、とても自信になりました。これからもがんばります。

After working at my care facility for six months, I was put in charge of my first night shift.

Before the night shift starts, nurses, caregivers working the day shift and afternoon shift and those working the night shift all assemble to hand over duties to the night shift staff. We right down anything that is important and ask about anything we don't know or understand as many times as we need to.

The night shift requires you to use everything you have studied. I was really nervous at first, but now I've become much more confident. I'll continue to do my best in the future.

Sau nửa năm làm việc ở trung tâm điều dưỡng, lần đầu tiên tôi đảm nhận công việc ban đêm.

Trước khi bắt đầu công việc ban đêm, y tá, nhân viên điều dưỡng phụ trách ca ngày, điều dưỡng phụ trách ca chiều và những người phụ trách ca tối đã tiến hành bàn giao, tiếp nhận công việc. Việc quan trọng đó là ghi chép, hỏi lại nhiều lần cho đến khi hiểu được những vấn đề mình chưa hiểu.

Làm việc ca đêm cần có năng lực tổng hợp mà bản thân đã học được từ trước đến nay. Mặc dù rất căng thẳng nhưng tôi cũng rất tự tin. Từ vây giờ tôi sẽ cố gắng hơn.

第20章

自分で体験する

Experiencing Things on Your Own

Tự mình trải nghiệm

介護職は、いろいろな介助をします。

自分で体験すると、利用者の気持ちがわかります。

Caregivers assist their care recipients in many different ways.

By experiencing the things your care recipients go through yourself,

it will give you a greater understanding of how they feel.

Công việc điều dưỡng là phải hỗ trợ chăm sóc rất nhiều vấn đề.

Khi bản thân mình trải nghiệm qua, sẽ hiểu được cảm giác của người sử dụng dịch vụ điều dưỡng.

車<ruby>くるま</ruby>いすに乗<ruby>の</ruby>る

Sitting in a wheelchair / Đi xe lăn

🔊 43

タオさんが車<ruby>くるま</ruby>いすに乗<ruby>の</ruby>ってみます。ほかの人<ruby>ひと</ruby>に押<ruby>お</ruby>してもらいます。タオさんが感想<ruby>かんそう</ruby>を言<ruby>い</ruby>います。

Tao will try sitting in a wheelchair. The other person will push her. Tao will share her opinions about the experience.
Chị Thảo thử ngồi lên xe lăn. Nhờ người khác đẩy hộ cho mình. Chị Thảo nói lên cảm xúc của mình.

タオ：利用者<ruby>りようしゃ</ruby>さまの気持<ruby>きも</ruby>ちがわかりました。

車<ruby>くるま</ruby>いすから、地面<ruby>じめん</ruby>まで近<ruby>ちか</ruby>いのでこわいです。

ゆっくり押<ruby>お</ruby>してほしいです。

介護<ruby>かいご</ruby>ベッドに寝<ruby>ね</ruby>る

Lying in a nursing care bed / Ngủ tại giường điều dưỡng.

🔊 44

タオさんは自分<ruby>じぶん</ruby>で介護<ruby>かいご</ruby>ベッドに寝<ruby>ね</ruby>てみます。介護<ruby>かいご</ruby>ベッドを動<ruby>うご</ruby>かしてみます。ほかの人<ruby>ひと</ruby>に介護<ruby>かいご</ruby>ベッドの高<ruby>たか</ruby>さを上<ruby>あ</ruby>げてもらいます。下<ruby>さ</ruby>げてもらいます。ギャッチアップをしてもらいます。ベッドの高<ruby>たか</ruby>さが一番上<ruby>いちばんうえ</ruby>です。タオさんが感想<ruby>かんそう</ruby>を言<ruby>い</ruby>います。

Tao will try lying in a nursing care bed. Another caregiver will then try adjusting the bed. They will raise and lower the height and head and feet sections of the bed. The bed is at the highest setting. Tao will share her opinions about the experience.
Chị Thảo nằm thử trên giường điều dưỡng. Thử di chuyển giường. Nhờ người khác nâng chiều cao của giường lên, hạ chiều cao của giường xuống. Nhờ ai đó nâng phần đầu giường lên. Chiều cao của giường ở mức cao nhất. Chị Thảo nói lên cảm tưởng của mình.

タオ：すごく高いですね。こわいですね。

（ベッドをギャッチアップする）

タオ：頭が上がると、前がよく見えます。

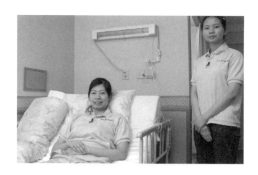

とろみ剤

とろみ剤を使った飲みものを作ります。

［準備するもの］とろみ剤・コップ・お茶・

　　　　　　　　スプーン2つ

① コップにお茶を8割入れます。

② とろみ剤をスプーンで取って、コップに入れ
　ます。

③ 速くかきまぜます。

④ とろみがついたら、飲んでみましょう。

Thickening agent / Thuốc bột sánh

Tao will try drinking a drink that includes a thickening agent.
Things to prepare: thickening agent, cup, tea, two spoons

① Fill the cup 80% with tea.
② Using a spoon, take some of the thickening agent and scoop it into the cup.
③ Stir it quickly.
④ Once it has thickened, drink the tea.

Làm thức uống sử dụng thuốc bột sánh
Những vật dụng cần chuẩn bị: thuốc bột sánh, cốc, trà, hai cái thìa

① Cho khoảng 8 phần nước trà vào cốc.
② Lấy bột sánh bằng thìa rồi cho vào cốc.
③ Khuấy nhanh.
④ Sau khi sánh lại, hãy uống.

オノマトペ（擬態語・擬声語）③ からだ

<ruby>擬態語<rt>ぎたいご</rt></ruby> <ruby>擬声語<rt>ぎせいご</rt></ruby>

Onomatopoeia (*gitaigo, giseigo*) ③ Body /
Từ tượng thanh (từ tượng thanh, từ tượng hình) ③ Cơ thể

ぎゅー	きりきり / しくしく	むかむか
ぞくぞく	ぐっすり	へとへと
うとうと / うつらうつら	こほんこほん / ごほんごほん	

確認テスト

Check Test / Bài kiểm tra

自分で体験してみてどうでしたか。

みんなで感想を言いましょう。

①車いす

例）速くてこわかったです。

②介護ベッド

例）頭が上がると、よく見えました。

③とろみ剤

例）とろみを作るのがむずかしかったです。

第
20
章

自分で体験する

とろみ剤はむずかしい
Using a thickening agent is difficult
Việc làm sánh rất khó.

新人のとき最初に担当した仕事が、利用者さまにお茶を出すことでした。朝食、昼食、おやつ、夕食のときなど、何回かお茶を入れます。

そのときに、飲み込む力が弱い利用者さまのお茶には、とろみをつけます。とろみ剤という粉をお茶に入れて、速くかきまぜます。速くかきまぜないと、粉が固まっておいしくないです。なかなかむずかしいです。わたしはとても苦手で、何度も作りなおしました。

今年も新人が入ってきました。しっかりと教えてあげたいと思います。

When I first started working, I was charged with serving care recipients tea. I had to provide care recipients with tea several times a day, during breakfast, lunch, snack time and dinner.

I had to put a thickening agent in tea for care recipients who have trouble swallowing. I had to put a thickening powder in their tea and quickly stir it. If I didn't stir it quickly enough, it would harden and make the tea unpleasant to drink. I was really bad at it, so I had to remake a lot of cups of tea.

This year, some new recruits have joined our facility. I want to teach them the right way to do this.

Công việc phụ trách đầu tiên khi là người mới vào làm việc tại trung tâm điều dưỡng đó chính là mời trà cho các bác sử dụng dịch vụ điều dưỡng. Một ngày rót nhiều lần trà cho các bác như sau khi ăn sáng, ăn trưa, ăn vặt, ăn tối….

Lúc đó, những bác sử dụng dịch vụ điều dưỡng có sức uống yếu, chúng tôi đã cho chất làm sánh vào trà. Cho chất bột gọi là toromizai (chất làm sánh) vào trà, rồi khuấy nhanh. Nếu không khuấy nhanh, chất bột sẽ vón cục lại không ngon. Việc này cũng khá khó. Tôi rất tệ trong vấn đề này, đã phải làm lại nhiều lần mới được.

Năm nay cũng có người mới đến làm việc. Tôi muốn chỉ cho các bạn ấy một cách thuần thục.

ふろく

Appendixes / Phụ lục

ひらがな 50 音図表 (おん ず ひょう)

Chart of 50 sounds of hiragana / Bảng chữ Hiragana

あ a	い i	う u	え e	お o
か ka	き ki	く ku	け ke	こ ko
さ sa	し shi	す su	せ se	そ so
た ta	ち chi	つ tsu	て te	と to
な na	に ni	ぬ nu	ね ne	の no
は ha	ひ hi	ふ fu	へ he	ほ ho
ま ma	み mi	む mu	め me	も mo
や ya		ゆ yu		よ yo
ら ra	り ri	る ru	れ re	ろ ro
わ wa				を o(wo)
ん n				

きゃ kya	きゅ kyu	きょ kyo
しゃ sha	しゅ shu	しょ sho
ちゃ cha	ちゅ chu	ちょ cho
にゃ nya	にゅ nyu	にょ nyo
ひゃ hya	ひゅ hyu	ひょ hyo
みゃ mya	みゅ myu	みょ myo

りゃ rya	りゅ ryu	りょ ryo

が ga	ぎ gi	ぐ gu	げ ge	ご go
ざ za	じ ji(zi)	ず zu	ぜ ze	ぞ zo
だ da	ぢ ji(di)	づ zu(du)	で de	ど do
ば ba	び bi	ぶ bu	べ be	ぼ bo
ぱ pa	ぴ pi	ぷ pu	ぺ pe	ぽ po

ぎゃ gya	ぎゅ gyu	ぎょ gyo
じゃ ja	じゅ ju	じょ jo

びゃ bya	びゅ byu	びょ byo
ぴゃ pya	ぴゅ pyu	ぴょ pyo

カタカナ 50 <ruby>音<rt>おん</rt></ruby><ruby>図<rt>ず</rt></ruby><ruby>表<rt>ひょう</rt></ruby>

ア	イ	ウ	エ	オ
a	i	u	e	o
カ	キ	ク	ケ	コ
ka	ki	ku	ke	ko
サ	シ	ス	セ	ソ
sa	shi	su	se	so
タ	チ	ツ	テ	ト
ta	chi	tsu	te	to
ナ	ニ	ヌ	ネ	ノ
na	ni	nu	ne	no
ハ	ヒ	フ	ヘ	ホ
ha	hi	fu	he	ho
マ	ミ	ム	メ	モ
ma	mi	mu	me	mo
ヤ		ユ		ヨ
ya		yu		yo
ラ	リ	ル	レ	ロ
ra	ri	ru	re	ro
ワ				ヲ
wa				o(wo)
ン				
n				

キャ	キュ	キョ
kya	kyu	kyo
シャ	シュ	ショ
sha	shu	sho
チャ	チュ	チョ
cha	chu	cho
ニャ	ニュ	ニョ
nya	nyu	nyo
ヒャ	ヒュ	ヒョ
hya	hyu	hyo
ミャ	ミュ	ミョ
mya	myu	myo

リャ	リュ	リョ
rya	ryu	ryo

ガ	ギ	グ	ゲ	ゴ
ga	gi	gu	ge	go
ザ	ジ	ズ	ゼ	ゾ
za	ji(zi)	zu	ze	zo
ダ	ヂ	ヅ	デ	ド
da	ji(di)	zu(du)	de	do
バ	ビ	ブ	ベ	ボ
ba	bi	bu	be	bo
パ	ピ	プ	ペ	ポ
pa	pi	pu	pe	po

ギャ	ギュ	ギョ
gya	gyu	gyo
ジャ	ジュ	ジョ
ja	ju	jo

ビャ	ビュ	ビョ
bya	byu	byo
ピャ	ピュ	ピョ
pya	pyu	pyo

日本のおもな行事

1月	1日	元旦	一年が始まる日
		お正月	一年が始まる月
	1日〜3日	三が日	お正月で特にお祝いする3日間
		年賀状	新しい年をお祝いするために親しい人に出すはがき 前の年の12月末までに出すことが多い。
		おせち料理	新しい年をお祝いする料理
		お年玉	お正月に大人から子どもに自由に使っていいお金として渡す。
		成人式	若い人が大人になったことをお祝いする日
2月	3日	節分	「鬼は外、福は内」と言いながら豆をまく。
	14日	バレンタインデー	女性が好きな男性にチョコレートやプレゼントを贈る日
3月	3日	ひな祭り	女の子どものお祭り
	14日	ホワイトデー	男性が女性にプレゼントを贈る日
4月		お花見	花が咲いた桜の木を見ながら、みんなでパーティーをする。
5月		母の日	母親に感謝する日
6月		父の日	父親に感謝する日
7月	7日	七夕	自分のお願いしたいことを笹(ささ)につける。
		お中元	今年一年の前半にお世話になった人に贈るプレゼントのこと
		ゆかた	夏に着る薄い着物
		暑中見舞い	親しい人に7月8日〜8月8日ごろに着くように、熱い夏、からだに気をつけてくださいと書いて出すはがき
8月	13日〜16日	お盆(ぼん)	自分の祖先の霊(れい)が帰ってくる期間と考えられている。
		盆踊り	お盆の期間にみんなで音楽に合わせておどるお祭り
		残暑見舞い	親しい人に8月9日〜8月31日に、熱い夏にからだに気をつけてくださいと書いて出すはがき
9月		お月見	満月を見ながらお酒を飲んで、料理(おだんごなど)を食べる。
	第3月曜日	敬老の日	お年寄りをお祝いする日
10月	10日	スポーツの日	1964年の東京オリンピックを記念する祝日
11月		七五三	女の子どもが3歳と7歳、男の子どもが5歳のときにお祝いをする。
	23日	勤労感謝の日	働く人に感謝する日
12月		忘年会	今年一年間よくがんばったとみんなでパーティーをすること
		お歳暮	今年一年間お世話になった人に贈るプレゼントのこと
	25日	クリスマス	家族、友だち、恋人とパーティなどをする。
	31日	大みそか	一年の最後の日 部屋のそうじ、年越しそばを食べ、新しい年への準備をする日
		除夜の鐘	新しい年を迎えるためにお寺の僧(そう)が鐘(かね)を108回鳴らす。

first day of the year	Ngày đầu tiên của một năm
first month of the year	Tháng đầu tiên của một năm
These three days are celebrated during the New Year.	Ba ngày chúc mừng đặc biệt trong dịp tết
These are postcards sent to new employees to celebrate the New Year. Most people send them by December of the previous year.	Thiệp gởi cho người thân để chúc mừng năm mới Thông thường được gởi trước ngày cuối cùng của tháng 12 năm trước
This is food to celebrate the New Year.	Món ăn chúc mừng năm mới
These monetary gifts are given to adults and children alike to use freely.	Vào ngày tết người lớn trao cho trẻ con số tiền mà các em có thể tự do sử dụng.
This is a day to celebrate young people's coming of age.	Ngày chúc mừng những người trẻ trở thành người lớn
People throw beans while saying "oni wa soto, fuku wa uchi".	Vừa rải đậu vừa nói "quỷ cút ra ngoài, phúc đi vào trong"
This is a day when women give chocolates to men they like.	Ngày phụ nữ gởi tặng sô cô la cho người nam mà mình yêu thích
This is a festival for girls.	Lễ hội bé gái
This is a day when men give presents to women.	Ngày nam giới tặng quà cho phụ nữ
This is day when people have parties while looking at the cherry blossoms in bloom.	Mọi người tổ chức tiệc và cùng nhau ngắm cây hoa anh đào đang nở rộ
This is a day for thanking mothers.	Ngày tạ ơn mẹ
This is a day for thanking fathers.	Ngày tạ ơn bố
People write down their wishes and tie them to bamboo grass.	Gắn những ước muốn của mình vào ngọn tre.
People send presents to thank others for their something that they did during the first half of the year.	Đó là việc gởi quà tặng cho những người đã giúp đỡ mình trong nửa năm đầu năm nay.
This is a lighter kimono worn in the summer.	Trang phục mỏng mặc vào ngày hè.
These postcards are sent so that they arrive between July 8 and August 8 to new employees with written messages telling them to take care of themselves during the hot summer.	Đây là thiệp được viết và gởi cho người thân đến vào khoảng từ ngày 8 tháng 7 đến ngày 8 tháng 8 nhắc nhở họ chú ý đến sức khỏe vì nắng nóng.
This is believed to be the period when the souls of one's ancestors return home.	Đây là thời gian được cho là vong linh của tổ tiên sẽ trở về nhà.
During obon, people gather to dance along to music.	Là lễ hội mọi người cùng nhau nhảy theo tiếng nhạc trong dịp Obon
These postcards are sent between August 9 and August 31 to new employees with written messages telling them to take care of themselves during the hot summer.	Đây là thiệp viết và gởi cho người thân trong khoảng từ ngày 9 tháng 8 đến ngày 31 tháng 8 để nhắc nhở họ chú ý đến sức khỏe vì tiết trời nắng nóng.
People look at the full moon while drinking alcohol and eating dumplings and many other types of food.	Vừa uống rượu vừa ngắm trăng tròn, ăn những món ăn (như Odango)
This is a day when people pray for the longevity of elderly people.	Ngày chúc mừng những người lớn tuổi sống thọ
This is a day that commemorates the 1964 Tokyo Olympics.	Ngày lễ kỷ niệm Olympic Tokyo năm 1964
This is a day when people celebrate girls turning three and seven, and boys turning five years of age.	Chúc mừng khi bé gái 3 tuổi và 7 tuổi, bé trai 5 tuổi
This is a day to show appreciation for working people.	Ngày biết ơn những người lao động
People celebrate a year of hard work.	Mọi người tổ chức tiệc chúc mừng vì đã cố gắng trong suốt một năm qua.
People send presents to thank others for something that they did during the year.	Gởi quà cám ơn người mà mình đã nhờ vả trong một năm qua.
Families, friends and lovers get together to have a party.	Tổ chức tiệc với gia đình, bạn bè, người yêu.
This is the last day of the year. People clean out their homes, eat toshikoshi soba and get ready for the coming year.	Là ngày cuối cùng của một năm, mọi người lau dọn phòng ốc, ăn mỳ soba toshikoshi, chuẩn bị đón năm mới.
To bring in the New Year, monks ring bells at temple 108 times.	Sư trong chùa đánh 108 tiếng chuông để đón mừng năm mới

和暦西暦干支対応表

和暦	西暦	年齢	干支	和暦	西暦	年齢	干支
平成 31 年／令和元年	2019 年	0 歳	亥	昭和 60 年	1985 年	34 歳	丑
平成 30 年	2018 年	1 歳	戌	昭和 59 年	1984 年	35 歳	子
平成 29 年	2017 年	2 歳	酉	昭和 58 年	1983 年	36 歳	亥
平成 28 年	2016 年	3 歳	申	昭和 57 年	1982 年	37 歳	戌
平成 27 年	2015 年	4 歳	未	昭和 56 年	1981 年	38 歳	酉
平成 26 年	2014 年	5 歳	午	昭和 55 年	1980 年	39 歳	申
平成 25 年	2013 年	6 歳	巳	昭和 54 年	1979 年	40 歳	未
平成 24 年	2012 年	7 歳	辰	昭和 53 年	1978 年	41 歳	午
平成 23 年	2011 年	8 歳	卯	昭和 52 年	1977 年	42 歳	巳
平成 22 年	2010 年	9 歳	寅	昭和 51 年	1976 年	43 歳	辰
平成 21 年	2009 年	10 歳	丑	昭和 50 年	1975 年	44 歳	卯
平成 20 年	2008 年	11 歳	子	昭和 49 年	1974 年	45 歳	寅
平成 19 年	2007 年	12 歳	亥	昭和 48 年	1973 年	46 歳	丑
平成 18 年	2006 年	13 歳	戌	昭和 47 年	1972 年	47 歳	子
平成 17 年	2005 年	14 歳	酉	昭和 46 年	1971 年	48 歳	亥
平成 16 年	2004 年	15 歳	申	昭和 45 年	1970 年	49 歳	戌
平成 15 年	2003 年	16 歳	未	昭和 44 年	1969 年	50 歳	酉
平成 14 年	2002 年	17 歳	午	昭和 43 年	1968 年	51 歳	申
平成 13 年	2001 年	18 歳	巳	昭和 42 年	1967 年	52 歳	未
平成 12 年	2000 年	19 歳	辰	昭和 41 年	1966 年	53 歳	午
平成 11 年	1999 年	20 歳	卯	昭和 40 年	1965 年	54 歳	巳
平成 10 年	1998 年	21 歳	寅	昭和 39 年	1964 年	55 歳	辰
平成 9 年	1997 年	22 歳	丑	昭和 38 年	1963 年	56 歳	卯
平成 8 年	1996 年	23 歳	子	昭和 37 年	1962 年	57 歳	寅
平成 7 年	1995 年	24 歳	亥	昭和 36 年	1961 年	58 歳	丑
平成 6 年	1994 年	25 歳	戌	昭和 35 年	1960 年	59 歳	子
平成 5 年	1993 年	26 歳	酉	昭和 34 年	1959 年	60 歳	亥
平成 4 年	1992 年	27 歳	申	昭和 33 年	1958 年	61 歳	戌
平成 3 年	1991 年	28 歳	未	昭和 32 年	1957 年	62 歳	酉
平成 2 年	1990 年	29 歳	午	昭和 31 年	1956 年	63 歳	申
平成元年／昭和 64 年	1989 年	30 歳	巳	昭和 30 年	1955 年	64 歳	未
昭和 63 年	1988 年	31 歳	辰	昭和 29 年	1954 年	65 歳	午
昭和 62 年	1987 年	32 歳	卯	昭和 28 年	1953 年	66 歳	巳
昭和 61 年	1986 年	33 歳	寅	昭和 27 年	1952 年	67 歳	辰

和暦	西暦	年齢	干支	和暦	西暦	年齢	干支
昭和26年	1951年	68歳	卯	大正6年	1917年	102歳	巳
昭和25年	1950年	69歳	寅	大正5年	1916年	103歳	辰
昭和24年	1949年	70歳	丑	大正4年	1915年	104歳	卯
昭和23年	1948年	71歳	子	大正3年	1914年	105歳	寅
昭和22年	1947年	72歳	亥	大正2年	1913年	106歳	丑
昭和21年	1946年	73歳	戌	大正元年／明治45年	1912年	107歳	子
昭和20年	1945年	74歳	酉	明治44年	1911年	108歳	亥
昭和19年	1944年	75歳	申	明治43年	1910年	109歳	戌
昭和18年	1943年	76歳	未	明治42年	1909年	110歳	酉
昭和17年	1942年	77歳	午	明治41年	1908年	111歳	申
昭和16年	1941年	78歳	巳	明治40年	1907年	112歳	未
昭和15年	1940年	79歳	辰	明治39年	1906年	113歳	午
昭和14年	1939年	80歳	卯	明治38年	1905年	114歳	巳
昭和13年	1938年	81歳	寅	明治37年	1904年	115歳	辰
昭和12年	1937年	82歳	丑	明治36年	1903年	116歳	卯
昭和11年	1936年	83歳	子	明治35年	1902年	117歳	寅
昭和10年	1935年	84歳	亥	明治34年	1901年	118歳	丑
昭和9年	1934年	85歳	戌	明治33年	1900年	119歳	子
昭和8年	1933年	86歳	酉	明治32年	1899年	120歳	亥
昭和7年	1932年	87歳	申	明治31年	1898年	121歳	戌
昭和6年	1931年	88歳	未	明治30年	1897年	122歳	酉
昭和5年	1930年	89歳	午	明治29年	1896年	123歳	申
昭和4年	1929年	90歳	巳	明治28年	1895年	124歳	未
昭和3年	1928年	91歳	辰	明治27年	1894年	125歳	午
昭和2年	1927年	92歳	卯				
昭和元年／大正15年	1926年	93歳	寅				
大正14年	1925年	94歳	丑				
大正13年	1924年	95歳	子				
大正12年	1923年	96歳	亥				
大正11年	1922年	97歳	戌				
大正10年	1921年	98歳	酉				
大正9年	1920年	99歳	申				
大正8年	1919年	100歳	未				
大正7年	1918年	101歳	午				

介護のことば　チェックリスト

Caregiving Vocabulary Checklist / Danh mục các từ vựng điều dưỡng

この本に出てきた介護のことばを覚えたかどうか確認しましょう。
Check to see if you have learned the caregiving vocabulary.
Hãy xác nhận xem mình đã nhớ những từ vựng về điều dưỡng xuất hiện trong sách này chưa.

第1章　介護施設の種類

☐ 介護保険制度	nursing-care insurance system	chế độ bảo hiểm điều dưỡng
☐ サービス	service	dịch vụ
☐ 代表的（な）	typical	đại diện, tiêu biểu
☐ デイサービス	day service	dịch vụ ban ngày
☐ 送迎（する）	picking up and dropping off	đưa đón
☐ 入浴	bathing	tắm bồn
☐ 排泄	toileting assistance	bài tiết, tiểu tiện
☐ レクリエーション	recreation	giải trí
☐ 機能訓練	physical exercise	luyện tập chức năng
☐ 体調	physical condition	thể trạng, tình trạng cơ thể
☐ 特別養護老人ホーム（特養）	special elderly nursing homes	viện dưỡng lão đặc biệt
☐ 栄養	nutrition	dinh dưỡng
☐ 介護老人保健施設（老健）	long-term care health facilities	viện dưỡng lão, chăm sóc sức khỏe người lớn tuổi
☐ 病状	(patient's) condition	bệnh tình, bệnh trạng
☐ 安定（する）	stability	sự ổn định
☐ 笑顔	smile	mặt tươi cười
☐ いきいき（と）	enthusiastically	sống động
☐ 定期的（に）	regularly, periodically	mang tính định kỳ
☐ 研修	seminar, training	thực tập
☐ 状況	condition, status	tình trạng
☐ 清潔（な）	clean, sanitary	sạch sẽ
☐ 整理整頓（する）	keeping things tidy and in order	sắp xếp chỉnh đốn

第2章　介護施設で働く人たち

☐ 施設長	care facility director	trưởng cơ sở/ trung tâm điều dưỡng/ viện dưỡng lão	
☐ 健康管理	health management	nhân viên quản lý sức khỏe	
☐ 採用	employment	tuyển dụng	
☐ 医師	doctor	bác sỹ	
☐ 事務長	manager	trưởng văn phòng	
☐ 生活相談員	living consultant	nhân viên tư vấn cuộc sống	
☐ 介護支援専門員	long-term care support specialists	chuyên viên hỗ trợ điều dưỡng	
☐ ケアプラン	care plan	kế hoạch chăm sóc	
☐ 管理栄養士	registered dietitian	nhân viên quản lý dinh dưỡng	
☐ 食事のメニュー	meal menu	thực đơn cho bữa ăn	
☐ 看護師	nurse	y tá	
☐ リーダー	leader	người chỉ đạo, người đứng đầu, người phụ trách	
☐ 介護職	caregiver	công việc điều dưỡng	
☐ 身のまわり	personal, one's surroundings	cá nhân, những thứ cần thiết trong cuộc sống, vẻ bề ngoài	
☐ 国家試験	state examination	kỳ thi quốc gia	
☐ 介護福祉士	caregiver	chuyên viên chăm sóc/ chuyên viên điều dưỡng	
☐ 理学療法士	physical therapist	chuyên viên trị liệu	
☐ 作業療法士	occupational therapist	chuyên viên trị liệu thao tác	
☐ 言語聴覚士	speech-language pathologist	chuyên viên trị liệu thính giác và ngôn ngữ	
☐ 訓練	practice, training	huấn luyện	
☐ 移乗	transferring	di chuyển	
☐ 杖	cane	cái gậy	
☐ 階段	stairs	cầu thang	
☐ 筋肉	muscle	cơ bắp	
☐ せき	cough, coughing	ho	

第3章　介護職の身だしなみ

☐ 身だしなみ	personal appearance, personal hygiene	diện mạo	
☐ さわる	to touch	(đt) chạm vào, sờ, rờ	

☐ 靴のかかと	heel of a shoe	gót giày
☐ 結ぶ	to tie	(đt) buộc, nối,
☐ 口臭	(bad) breath	bệnh hôi miệng, hôi miệng
☐ ネイルアート	nail art	Nghệ thuật sơn móng tay
☐ けが	injury	bị thương
☐ そる	to shave	(đt) cạo
☐ あご	chin	cằm
☐ 印象	impression	ấn tượng
☐ 香水	perfume	nước hoa
☐ におい	smell	mùi
☐ 化粧	makeup	trang điểm
☐ 距離	distance	khoảng cách
☐ 下を向く	to look down	(đt) nhìn xuống dưới

第4章　あいさつ

☐ コミュニケーション	communication	giao tiếp
☐ 基本	basics, fundamentals	cơ bản
☐ 習慣	custom, habit	thói quen, tập quán
☐ おわび	apology	xin lỗi, tạ lỗi
☐ ノック	knock	gõ cửa
☐ 第一印象	first impression	ấn tượng đầu tiên
☐ 角度	angle	góc độ
☐ 正面	front	phía trước, chính diện
☐ しゃがむ	to crouch, to squat	(đt) ngồi xổm
☐ 目線	eye level, eye line	ánh mắt
☐ ゆっくり	slowly	thong thả, chậm rãi
☐ はっきり	clearly	rõ ràng
☐ 夜勤	night shift	làm ca đêm
☐ 用事	task, errand	việc bận
☐ 遠慮（する）	hesitation	ngại, khách khí
☐ びっくり（する）	surprise	giật mình

☐ からだのバランス	balance (of the body)	cân bằng cơ thể
☐ バランスをくずす	to lose one's balance	(đt) mất cân bằng
☐ 転倒（する）	falling	đổ nhào, ngã
☐ 過ごす	to pass, to spend (time)	(đt) trải qua, sống
☐ いっぱい	full	nhiều
☐ 紅白歌合戦	Kōhaku Uta Gassen	cuộc thi hát giữa hai đội trắng và đỏ
☐ 神社	(Shinto) shrine	đền thờ thần đạo

第5章　基本的な体位

☐ 体位	position	vị trí cơ thể
☐ おむつ交換	diaper changing	thay tã
☐ 整容	straightening one's posture	sự chỉnh dáng
☐ 着替え	changing clothes	Thay quần áo
☐ 仰臥位	supine position	tư thế nằm ngửa
☐ 天井	ceiling	trần nhà
☐ 姿勢	posture	tư thế
☐ 側臥位	lateral position	tư thế nằm nghiêng
☐ 腹臥位	prone position	tư thế nằm sấp
☐ 半座位	half-seated position	tư thế nửa ngồi nửa nằm
☐ ファーラー位	Fowler's position	tư thế nằm dựa 45 °
☐ 起座位	sitting-up position	tư thế ngồi
☐ 前かがみ	leaning forward	đổ người về phía trước
☐ 呼吸	breathing	hô hấp
☐ 端座位	seated position	tư thế ngồi mép giường
☐ 端	edge	rìa, mép
☐ 床	floor	sàn nhà
☐ 手すり	hand rail	tay cầm, tay vịn
☐ 立位	standing position	vị trí
☐ 支持基底面(積)	supporting foundation	diện tích hỗ trợ cơ bản
☐ 不安定（な）	unstable	không chắc chắn, không ổn định, không vững chắc

第6章　ボディメカニクス

☐ 効率的（な）	efficient	mang tính hiệu quả
☐ 移動	movement, moving	sự di chuyển, sự chuyển động
☐ 楽（な）	comfortable	thoải mái, dễ chịu, nhẹ nhàng
☐ 引き寄せる	to draw or pull something towards oneself	(đt) dành, giật, kéo lại, lôi cuốn
☐ 支点	fulcrum	điểm tựa
☐ てこの原理	principle of leverage	nguyên lý đòn bẩy
☐ （小さく）まとめる	to collect; to summarize (briefly)	thu nhỏ lại

第7章　見守り

☐ 見守り	watching over	quan sát
☐ 目を離す	to look away from	(đt) rời mắt
☐ 交代（する）	change, switch with	thay
☐ 顔色	countenance	sắc mặt
☐ かかえる	to hold, to carry	(đt) ôm, mang
☐ ふらふら（と）	unsteadily	lảo đảo, loạng choạng
☐ 初めての仕事	first job	công việc đầu tiên
☐ 緊張（する）	nervousness	căng thẳng

第8章　介護ベッド

☐ 介護ベッド	nursing care bed	giường hỗ trợ điều dưỡng
☐ 負担	strain, burden	đảm nhận, gánh vác
☐ 工夫	device	công phu
☐ 特徴	feature, characteristic	đặc trưng
☐ ギャッチアップ	raising up (from Gatch Bed)	dựng đầu giường
☐ 範囲	range	phạm vi
☐ 幅	width	chiều rộng
☐ 元	original	chỗ cũ, gốc
☐ 位置	position	vị trí
☐ 戻す	to return	(đt) bỏ lại, để lại
☐ 痛める	to pain someone	(đt) làm đau

☐ 声かけ こえ	talking to	lên tiếng mời, rủ rê

第9章　ベッドメイキング
だい　しょう

☐ ベッドメイキング	bed-making	dọn giường
☐ 環境 かんきょう	environment	môi trường
☐ シーツ	sheets	khăn trải giường
☐ しわ	wrinkle	nhăn, nhàu
☐ 褥瘡 じょくそう	bedsore	lở loét, hoại tử, thối loét thịt
☐ 場所 ばしょ	place, area	nơi chốn
☐ まくらカバー	pillow cover	áo gối
☐ 湿気 しっけ	moisture, humidity	ẩm mốc
☐ 三角折り さんかくお	hospital corners	gập góc hình tam giác
☐ ずれる	to slide, to slip off	(đt) lệch
☐ ほこりをたてる	to raise dust	(đt) phủi bụi, đập bụi
☐ シーツをのばす	stretch out sheets	kéo khăn trải giường

第10章　車いすの動かし方
だい　しょう　くるま　うご　かた

☐ 車いす くるま	wheelchairs	xe lăn
☐ 背もたれ せ	back support	dựa lưng
☐ 段差 だんさ	step, difference in height	bậc cấp
☐ ふむ	to step on	đạp, dẫm
☐ かける	to place on	(đt) thắng
☐ 効く き	to work, to be effective	công hiệu
☐ 減る へ	to decrease	giảm
☐ たるみ	slack	thụng xuống, chùng xuống
☐ 傷 きず	cut, hole	vết xước
☐ がたつき	rattling	dọn dẹp
☐ つかまる	to grab	(đt) nắm, vịn
☐ （ブレーキが）かかる	to engage (brakes)	(phanh) được hãm
☐ 深く座る ふか　すわ	to be seated all the way	(đt) ngồi sâu bên trong
☐ にぎる	to grasp	(đt) nắm

☐ こえる	to go over, to exceed	(đt) vượt qua
☐ (後輪が) あたる	to hit on something (rear wheels)	(bánh sau) chạm xuống
☐ 後ろ向き	facing behind	hướng về phía sau
☐ 傾く	face	(đt) nghiêng
☐ 歩幅	stride, gate	bước chân
☐ くだり坂	decline	xuống dốc
☐ 体験	personal experience	trải nghiệm, thể nghiệm

第11章 杖の使い方

☐ 歩行	walking	bước, đi bộ
☐ 患側	affected side	phía bị bệnh
☐ 健側	unaffected side	phía khỏe
☐ 器具	device	dụng cụ
☐ 歩行器	walker	dụng cụ hỗ trợ đi bộ
☐ シルバーカー	rollator	xe đẩy cho người cao tuổi
☐ 上肢	arms, upper limbs	chi trên

第12章 更衣介助

☐ 更衣介助	assisted dressing	hỗ trợ thay quần áo
☐ めりはりがつく	to add balance (to one's life)	(đt) tạo sự cân bằng
☐ 新鮮な	fresh, refreshing	tươi mới
☐ パジャマ	pajamas	quần áo ngủ
☐ 外す	to remove	(đt) cởi, tháo
☐ そで	sleeve	tay áo
☐ ぬく	to pull out	(đt) cởi
☐ 通す	to put through	thông qua
☐ つかむ	to grab	(đt) nắm bắt, nắm
☐ 引き上げる	to pull up	(đt) nhấc lên, kéo lên
☐ とめる	to stop; to fasten	(đt) dừng lại, chặn lại
☐ 着患脱健	dressing from the weak side first, and undressing from the strong side first	mặc yếu cởi khỏe
☐ かかる	to get caught on	(đt) vướng

☐ 姿 (すがた)	appearance	hình dáng, bóng dáng
☐ 上品（な）(じょうひん)	refined	lịch thiệp, tao nhã, tế nhị

第13章　食事介助 (だい しょう しょくじ かいじょ)

☐ 食事介助 (しょくじ かいじょ)	assisted feeding	hỗ trợ ăn uống
☐ 環境 (かんきょう)	environment, atmosphere	môi trường
☐ 誤嚥 (ごえん)	choking, swallowing down the wrong pipe	thức ăn đi nhầm vào phổi
☐ 誤飲 (ごいん)	accidental ingestion	ăn nhầm
☐ おしぼり	wet towel	khăn lau tay
☐ 手をふく (て)	dry (one's) hands	(đt) lau tay
☐ おでん	oden, soup of various ingredients	món hầm Oden
☐ れんこんのサラダ	lotus root salad	món gỏi Salad củ sen
☐ りんご	apple	táo
☐ クロックポジション	clock position	vị trí theo mặt đồng hồ
☐ きざみ食 (しょく)	minced meal	thức ăn thái nhỏ
☐ ミキサー食 (しょく)	pureed meal	thức ăn xay nhuyễn
☐ 食べる力 (た ちから)	ability to eat	lực ăn/ khả năng ăn
☐ ムース状 (じょう)	paste	trạng thái Mousse (nhuyễn bọt)
☐ 一生懸命 (いっしょうけんめい)	doing (one's) best	cố gắng hết sức

第14章　排泄介助 (だい しょう はいせつかいじょ)

☐ 排泄介助 (はいせつかいじょ)	toileting assistance	hỗ trợ đi vệ sinh
☐ ディスポーザブル手袋 (て ぶくろ)	disposable gloves	găng tay sử dụng một lần rồi vứt
☐ 陰部洗浄ボトル (いんぶ せんじょう)	genital cleaning bottle	chai dùng để rửa phần hạ bộ
☐ 紙おむつ (かみ)	disposable diaper	tã giấy
☐ 尿取りパッド (にょうと)	urine absorption pad	miếng lót nước tiểu
☐ リハビリパンツ	adult diaper	bỉm dành riêng cho người lớn tuổi hoặc người đang trị liệu
☐ 悲しい (かな)	sad	buồn tủi
☐ なさけない	shameful	khốn khổ, tội nghiệp
☐ みじめ（な）	unhappy	đáng thương
☐ 信頼関係 (しんらいかんけい)	relationship of trust	mối quan hệ tin tưởng lẫn nhau

☐ 趣味	hobby	sở thích
☐ 下着を下ろす	to pull down someone's underwear	(đt) cởi đồ lót

第15章　入浴介助

☐ 入浴介助	bathing assistance	hỗ trợ tắm bồn
☐ リラックス（する）	relax	thư giãn
☐ 内臓	internal organ	nội tạng
☐ 下着	underwear	đồ lót
☐ バスタオル	bath towel	khăn tắm
☐ ドライヤー	dryer	máy sấy tóc
☐ ボディシャンプー	body soap, body shampoo	sữa tắm
☐ シャンプー	shampoo	dầu gội đầu
☐ リンス	conditioner, rinse	dầu xả
☐ めんどう（な）	care, attention	chăm sóc
☐ バイタル	vitals	sinh tồn
☐ 血圧	blood pressure	huyết áp
☐ 体温	body temperature	nhiệt độ cơ thể
☐ 脈拍	pulse	mạch
☐ SpO2（経皮的動脈血酸素飽和度）	peripheral capillary oxygen saturation (SpO2)	độ bão hòa oxy trong máu ngoại vi
☐ 意識（する）	consciousness	ý thức
☐ 脱衣所	changing room	nơi cởi quần áo
☐ 湯ぶね	bath tub	bồn tắm
☐ プライバシー	privacy	sự riêng tư
☐ すべる	to slip	(đt) trượt
☐ おぼれる	to drown	(đt) đuối nước
☐ 目を離す	to not let out of one's sight	(đt) rời mắt
☐ かゆい	itchy	ngứa
☐ 観察（する）	surveillance	quan sát
☐ 状態	condition	trạng thái
☐ 流す	to wash away	(đt) xả, dội
☐ ふく	to wipe	(đt) lau

☐ 水分 すいぶん	fluid, water	nước
☐ 機械浴 き かいよく	mechanized bath	bồn tắm máy
☐ 手浴 しゅよく	hand bath	ngâm tay
☐ 指の間 ゆび あいだ	between the fingers	kẽ tay
☐ 洗う あら	to wash	(đt) rửa
☐ 足浴 そくよく	foot bath	ngâm chân
☐ 清拭 せいしき	bed bath	lau mình
☐ かわかす	to dry	(đt) làm khô

第16章　整容介助
<ruby>だい<rt>だい</rt></ruby> <ruby>しょう<rt>しょう</rt></ruby> せいようかいじょ

☐ 整容介助 せいようかいじょ	grooming assistance	hỗ trợ chăm sóc diện mạo
☐ 整える ととの	to put in order; to arrange	(đt) chỉnh đốn lại
☐ 細かい こま	fine, detailed	chi tiết
☐ 技術 ぎ じゅつ	technology	kỹ thuật
☐ 孫 まご	grandchild	cháu nội/ ngoại
☐ くし	comb	lược
☐ タオル	towel	khăn mặt, khăn lông
☐ 手鏡 て かがみ	letter	gương tay
☐ ブラッシング	teeth brushing	chải
☐ 血行 けっこう	blood circulation	tuần hoàn máu
☐ まあまあ	so-so	tàm tạm
☐ ふらつき	lightheadedness, disorientation	hoa mắt, chóng mặt, loạng choạng
☐ ひげをそる	to shave one's facial hair	(đt) cạo râu
☐ ローション	lotion	lotion, nước hoa hồng
☐ 電気かみそり でん き	electric shaver	dao cạo bằng điện
☐ かみそり	shaving razor	dao cạo
☐ うつる	spreads	(đt) truyền, lây bệnh
☐ ぬる	to rub on, to apply	(đt) bôi, thoa, xức
☐ 爪切り つめ き	nail clipping	cắt móng tay móng chân
☐ 爪の角 つめ かど	dirt under one's fingernails	khóe móng
☐ (爪) やすり つめ	nail file	giũa móng

☐ しく	to spread out, to lay out	(đt) trải
☐ けずる	to shave	(đt) gọt, giũa
☐ 口腔	mouth, oral	khoang miệng
☐ 口腔ケア	oral care	chăm sóc răng miệng
☐ つながる	to be connected, to be tied together	liên quan
☐ 洗面台	washbasin	bồn rửa mặt
☐ 歯みがき	teeth brushing	đánh răng
☐ 口をゆすぐ	to rinse (one's) mouth	(đt) súc miệng
☐ ～にそって	along ~	theo~
☐ 清掃	cleaning	dọn dẹp
☐ 保管	storage	bảo quản
☐ 歯みがき粉	tooth paste	kem đánh răng
☐ ぬるい	warm	hâm hẩm, nguội
☐ 入れ歯洗浄剤	denture cleaning fluid	nước rửa răng giả
☐ みだれる	to be disordered, to be disarranged	(đt) bị lộn xộn, bị xáo trộn
☐ ばんそうこう	bandage, band-aid	băng kéo để dán vết thương
☐ はる	to become swollen	(đt) dán
☐ オノマトペ	onomatopoeia	từ tượng thanh tượng hình

第17章　レクリエーション

☐ 行事	event	sự kiện
☐ お正月	New Year's Day	ngày tết
☐ 初詣	first shrine visit of New Year	viếng chùa ngày đầu năm
☐ 豆まき	bean throwing	Lễ rải đậu
☐ ひな祭り	Girl's Festival	Lễ hội bé gái
☐ 桜	cherry blossom	hoa anh đào
☐ 花見	flower viewing	Lễ hội ngắm hoa
☐ こいのぼり	carp streamers	Lễ hội bé trai
☐ 七夕	Star Festival	Lễ hội Tanabata (Thất tịch)
☐ 夏祭り	summer festival	Lễ hội mùa hè
☐ 敬老会	meeting to show respect for the aged	Hội kính lão

□ 文化祭	cultural festival	Lễ hội văn hóa
□ クリスマス	Christmas	Giáng sinh
□ 忘年会	year-end party	tiệc tất niên
□ 効果	effect	hiệu quả
□ 習字	penmanship	luyện chữ
□ お茶	tea	trà
□ お花	flowers	hoa
□ 食事会	dinner party	tập trung ăn uống với nhau/ Tiệc ăn uống/ Hội ăn uống
□ リハビリ（テーション）	rehabilitation	phục hồi chức năng
□ なかよく	getting along well with	quan hệ tốt
□ 気分転換	change of pace, change of mood	thay đổi không khí
□ 赤とんぼ	Akatonbo (red dragonfly)	chuồn chuồn đỏ
□ ふるさと	Furusato (hometown)	quê hương
□ 一緒（に）	together	cùng nhau

第18章 記録

□ 記録	records	biên bản
□ 現場	site, area	hiện trường
□ チーム	team	đội, nhóm
□ 起きたこと	occurrence, thing that happened	những việc đã xảy ra
□ 気づいたこと	realization, thing that one realized	những việc mình đã nhận ra
□ 仕事にいかす	use for work	(đt) phát huy trong công việc
□ 事実	fact	sự thật
□ 順番	order, sequence	trình tự, trật tự
□ 業務日誌	business log	nhật ký công việc
□ 介護記録	nursing care record	biên bản điều dưỡng
□ ヒヤリハット報告書	minor incident report	Bản báo cáo suýt xảy ra tai nạn
□ ひやりとする	with a sudden sense of dread	(đt) cảm giác toát mồ hôi hột
□ 事故報告書	accident report	bản báo cáo tai nạn
□ 味	taste, flavor	vị
□ 勧める	to recommend	(đt) khuyên, khuyến khích

☐ <ruby>一<rt>ひと</rt></ruby><ruby>口<rt>くち</rt></ruby>	one bite, one mouthful	một miếng
☐ <ruby>食<rt>しょく</rt></ruby><ruby>欲<rt>よく</rt></ruby>	appetite	cảm giác thèm ăn
☐ <ruby>測<rt>はか</rt></ruby>る／<ruby>測<rt>そく</rt></ruby><ruby>定<rt>てい</rt></ruby>（する）	to measure/measurement	đo
☐ <ruby>気<rt>き</rt></ruby><ruby>分<rt>ぶん</rt></ruby>	mood, feeling	tâm trạng, cảm giác
☐ からだが<ruby>重<rt>おも</rt></ruby>い	feeling sluggish	cơ thể uể oải, nặng nề
☐ <ruby>判<rt>はん</rt></ruby><ruby>断<rt>だん</rt></ruby>	decision, judgement	phán đoán
☐ だるそう	seemingly sluggish	có vẻ mệt mỏi

第 19 <ruby>章<rt>しょう</rt></ruby>　<ruby>申<rt>もう</rt></ruby>し<ruby>送<rt>おく</rt></ruby>り／<ruby>引<rt>ひ</rt></ruby>き<ruby>継<rt>つ</rt></ruby>ぎ

☐ <ruby>申<rt>もう</rt></ruby>し<ruby>送<rt>おく</rt></ruby>り／<ruby>引<rt>ひ</rt></ruby>き<ruby>継<rt>つ</rt></ruby>ぎ	handing over	bàn giao công việc/ chuyển giao
☐ <ruby>朝<rt>ちょう</rt></ruby><ruby>礼<rt>れい</rt></ruby>	morning assembly	báo cáo liên lạc buổi sáng
☐ <ruby>職<rt>しょく</rt></ruby><ruby>員<rt>いん</rt></ruby><ruby>交<rt>こう</rt></ruby><ruby>代<rt>たい</rt></ruby>	staff change	giao ca
☐ <ruby>報<rt>ほう</rt></ruby><ruby>告<rt>こく</rt></ruby>（する）	reporting	báo cáo
☐ <ruby>連<rt>れん</rt></ruby><ruby>絡<rt>らく</rt></ruby>（する）	informing	liên lạc
☐ <ruby>相<rt>そう</rt></ruby><ruby>談<rt>だん</rt></ruby>（する）	consulting	thảo luận
☐ お<ruby>休<rt>やす</rt></ruby>み	sleep, rest, going to bed	nằm nghỉ, nằm ngủ
☐ かぜをひく	to catch a cold	(đt) cảm, bị cảm
☐ いらっしゃいます	to come	có (ai đó) (kính ngữ)
☐ お<ruby>腹<rt>なか</rt></ruby>がすかない	to not get hungry	không đói bụng
☐ <ruby>勝<rt>かっ</rt></ruby><ruby>手<rt>て</rt></ruby>（に）	without permission, on one's own	tùy tiện
☐ <ruby>総<rt>そう</rt></ruby><ruby>合<rt>ごう</rt></ruby><ruby>的<rt>てき</rt></ruby>（な）	all together, cumulative	mang tính tổng hợp

第 20 <ruby>章<rt>しょう</rt></ruby>　<ruby>自<rt>じ</rt></ruby><ruby>分<rt>ぶん</rt></ruby>で<ruby>体<rt>たい</rt></ruby><ruby>験<rt>けん</rt></ruby>する

☐ とろみ<ruby>剤<rt>ざい</rt></ruby>	thickening agent	thuốc bột sánh
☐ かきまぜる	to stir, to mix	(đt) trộn đều
☐ とろみがつく	to become thicker	(đt) sánh lại
☐ <ruby>飲<rt>の</rt></ruby>み<ruby>込<rt>こ</rt></ruby>む<ruby>力<rt>ちから</rt></ruby>	swallowing (ability)	sức uống, nuốt

［著者紹介］

加藤 美知代（介護福祉士・介護支援専門員）

大学卒業後、介護制度発足に伴い介護・福祉の仕事に就き、介護職として施設・在宅サービスを経験し、介護支援専門員を経験。現在、介護職員養成学校にて講師をしながら在宅サービスにもかかわっている。

桑原 禎子（看護師・介護支援専門員）

看護専門学校卒業後、神奈川県立こども医療センター勤務、結婚、子育てを経て訪問看護、デイサービス、通所リハビリ、特別養護老人ホーム等の介護のおもしろさを知り、現在、医療職からの目線で介護のおもしろさを伝える為に初任者研修、実務者研修（医療的ケア）講師を務める。

小林 秀樹（介護福祉士・日本語教師）

大学卒業後、金融機関・総合商社勤務を経て福祉、教育の道に入り、介護施設で介護職・日本語学校で日本語教師を務める。現在、出版社に勤務。

黒木 葉子（日本語教師）

大学卒業後、一般企業に就職。日本語教師に転職し、日本語学校や専門学校、企業等で指導している。

撮影モデル：ゴーティタオ、グエンティロアン、倉島洋二
撮影協力：医療法人社団 日成会、介護老人保健施設 池袋えびすの郷、同事務長 進藤孝英

写真とイラストでわかる！
外国人のためのやさしい介護

2020 年 1 月 25 日初版　第 1 刷　発行
2024 年 4 月 25 日初版　第 3 刷　発行

著　者	加藤美知代、桑原禎子、小林秀樹、黒木葉子
翻　訳	英語　Malcolm Hendricks
	ベトナム語　NGUYỄN THỊ ÁI TIÊN
カバーデザイン	岡崎裕樹（アスク デザイン部）
イラスト	花色木綿
編集・本文デザイン・DTP	有限会社ギルド
発行人	天谷修身
発　行	株式会社アスク
	〒 162-8558　東京都新宿区下宮比町 2 − 6
	電話 03-3267-6864　FAX03-3267-6867
印刷・製本	株式会社光邦

ISBN978-4-86639-282-0

アンケートにご協力ください。
PC　https://www.ask-books.com/support/
Smartphone